சோழர்கால
விஸ்வரூபச் சிற்பங்கள்

சோழர்கால விஸ்வரூபச் சிற்பங்கள்
எஸ்.ஏ.வி. இளஞ்செழியன் (பி. 1965)

எஸ்.ஏ.வி. இளஞ்செழியன் பாரம்பரியச் சிற்பக்கலையைப் பின்னணியாகக் கொண்டவர். இவரின் முதன்மை ஊடகங்கள் ஓவியமும் சிற்பமும். சென்னை அரசு கவின் கலைக்கல்லூரியில் நுண்கலைகளில் இளங்கலை, முதுகலைப் பட்டங்களைப் பெற்றவர். வரலாற்றுத் துறையிலும் முதுகலைப் பட்டம் பெற்றுள்ளார். நாட்டின் முதன்மைப் பெருநகரங்களில் கலைக்கண்காட்சிகளை நடத்தியுள்ளார். ஆய்வு – உயர்கல்வியைத் தஞ்சைத் தமிழ்ப் பல்கலைக்கழகத்தின் சிற்பத்துறையில் மேற்கொண்டு, ஆய்வியல் நிறைஞர், முனைவர் பட்டங்களைப் பெற்றுள்ளார்.

தமிழிலும் ஆங்கிலத்திலும் பன்னிரண்டிற்கும் மேற்பட்ட கலை வரலாற்று ஆய்வுக்கட்டுரைகளை எழுதி வெளியிட்டுள்ளார். 'க்மெர்' *(Khmer)* கலையை ஆய்வு செய்ய கம்போடியா நாட்டிற்குச் சென்று 'அங்கோர்வாட்' கோயிலைக் குறித்த ஓர் ஆய்வுக்கட்டுரையையும் வெளியிட்டுள்ளார். இவை தவிர தமிழில் மூன்றும் ஆங்கிலத்தில் ஒன்றும் எனக் கலை வரலாற்று ஆய்வு நூல்களை எழுதியுள்ளார்.

மின்னஞ்சல்: sav.elanchezian6@gmail.com

எஸ்.ஏ.வி. இளஞ்செழியன்

சோழர்கால விஸ்வரூபச் சிற்பங்கள்

திருப்பாடகம் திருவூரகம் கோயிலின் கருவறைச் சிற்பம், கட்டடக்கலை பற்றிய நுண்ஆய்வு

காலச்சுவடு பதிப்பகம்

அன்பார்ந்த வாசகருக்கு,

வணக்கம்.

காலச்சுவடு நூலை வாங்கியமைக்கு நன்றி.

நூலின் உள்ளடக்கம், உருவாக்கம், அட்டைப்படம் இன்ன பிற அம்சங்கள் பற்றிய உங்கள் கருத்துகளையும் ஆலோசனைகளையும் காலச்சுவடு வரவேற்கிறது. தகவல், எழுத்து, வாக்கியப் பிழைகள் தென்பட்டால் கட்டாயம் தெரிவித்து உதவுங்கள். நூல் தயாரிப்பில் கடும் குறைபாடு இருப்பின் மாற்றுப் பிரதி உங்களுக்குக் கிடைக்கக் காலச்சுவடு ஏற்பாடு செய்யும்.

மின்னஞ்சல்: publisher@kalachuvadu.com

காலச்சுவடு நாகர்கோவில் தலைமையகத்துக்கும் கடிதம் அனுப்பலாம்.

தங்கள்
எஸ்.ஆர். சுந்தரம் (கண்ணன்)
பதிப்பாளர் — நிர்வாக இயக்குநர்

சோழர்கால விஸ்வரூபச் சிற்பங்கள் ◆ ஆய்வு நூல் ◆ ஆசிரியர்: எஸ்.ஏ.வி. இளஞ்செழியன் ◆ © எஸ்.ஏ.வி. இளஞ்செழியன் ◆ முதல் பதிப்பு: நவம்பர் 2018, இரண்டாம் (குறும்) பதிப்பு: செப்டம்பர் 2021 ◆ வெளியீடு: காலச்சுவடு பப்ளிகேஷன்ஸ் (பி) லிட்., 669, கே.பி. சாலை, நாகர்கோவில் 629001

coozarkaala VISVaruupac ciRpankaL ◆ Innovative Research ◆ S.A.V. Elanchezian ◆ © S.A.V. Elanchezian ◆ Language: Tamil ◆ First Edition: November 2018, Second (Short) Edition: September 2021 ◆ Size: Demy 1 x 8 ◆ Paper: 18.6 kg maplitho ◆ Pages: 152

Published by Kalachuvadu Publications Pvt. Ltd., 669, K.P. Road, Nagercoil 629001, India ◆ Phone: 91-4652-278525 ◆ mail: publications @kalachuvadu.com ◆ Printed at Clicto Print, Jaleel Towers, 42 KB Dasan Road, Teynampet Chennai 600018

ISBN: 978-93-86820-66-2

09/2021/S.No.841, kcp 3181, 18.6 (2) rss

என் பாட்டன்
சிற்பி செ. அப்பாவு ஆச்சாரி
என் தந்தை
செ.அ. வடிவேலன் ஆசிரியர்
ஆகியோர்க்கு

நூல் அறிமுகம்

இது ஓர் ஆய்வு நூலாகும். கிடைத்த தரவுகளை மட்டுமே தொகுத்துச் சொல்லுகிற ஆய்வு மரபினைத் தாண்டி, கிடைத்தவற்றிற்குமிடையே, கிடைக்காமல் மறைந்து கிடக்கும் உண்மைகளின் தேடலாக இவ்வாய்வு. எதையும் கண்ணில் காட்டினால்தான் நம்புவோம் என்கிற இயல்பை நம்மிடம் ஏற்படுத்தித் தொலைத்தனர் மேற்கினர். எனினும், கண்ணுற்ற பலவும் பெரும் விழுக்காடுகளில் காட்சிப் பிழைகளாக உணர்ந்தவைகளே என்பது ஒருபுறம் உண்மை. ஆக, கண்ணால் காண்பதெல்லாம் மெய்யாகி விடுவதில்லை என்கிற கோணத்தில் கலையிலும் தீவிர விசாரணை வேண்டும். அப்போதுதான் ஒரு சிற்பமோ ஓர் ஓவியமோ தமது படைப்பின் அடிப்படையையும் கருத்தியலையும் காண்போரிடம் உணர்த்தும். இத்தகைய கற்பிதங்களைப் புரிந்துகொண்டு உள்வாங்கி எடுத்து எளிமையாய்ச் சொல்லுகிற தகவியல்பு அடிப்படையாக இருத்தல்வேண்டும்.

ஆய்வு நெறியியல் கோட்பாடுகளைத் தாண்டி அவற்றுடன் ஆய்வாளரின் தனித்துவத் திறமும் இணைகிற நிலையில் அரிய உண்மைகளை உலகம் பெறும். ஆயினும் இது அரிதாய் நிகழ்வதே. அவ்வகையில், இவ்வாய்வு தாம் எடுத்துக்கொண்ட பொருண்மையின் கருதுகோளினைக் கருத்தில் நிறுத்தி உரிய முடிவுகளைத் தந்துள்ளது.

கருதுகோள்

இருபது வயது இளைஞனாக உலகளந்த பெருமாள் கோயிலினுள் சென்றிருந்தேன். அந்நிலையில் அங்கு கண்மட்ட அளவில் கடவுளின் சிற்பம் காணப்பட வில்லை. அண்ணாந்து மூலவர் சிற்பத்தினைக் காணநேர்ந்தது. வியப்பும் ஆவலும் என்னுள் நிகழ, ஏன் இந்த வித்தியாசம் என்ற கேள்வியும் உயரமாய் எழுந்து நின்றது. இதற்கிடையில் அக்கோயில் மூலவர் சார்ந்த புராணத் தகவலை மனப்பாடமாய் ஒப்பித்து முடித்திருந்தார் கோவில் அர்ச்சகர். எனினும், அவர் சொன்ன கதை ஒரு புள்ளி அளவில் மட்டுமே ஏற்புற்றது. அத்தகைய உயரச்சிற்பம் ஏனென்கிற பெரும் வினாவுடன் வீடு திரும்பினேன்.

என்னுள் முப்பது ஆண்டுகளாகப் படிந்துகிடந்த அப்பழைய வினாவைக் கருதுகோளாக இன்று மேலுயர்த்திய நிலையில் இவ்வாய்வு அதற்குரிய விடையைக் காண முயற்சி செய்துள்ளது.

தீவிர ஆசிரியர் பணி; அதுபோக மீதமுள்ள மொத்த நேரத்தையும் ஆய்வுக்கென அர்ப்பணிப்பேன். இது எனது வழமை. இதனால் கணிசமான நேரம் ஆய்விற்காகச் செலவிடப்பட்டதால் பேருண்மைகளைத் துலக்கியதாக இவ்வாய்வு அமைகிறது. அன்றைய அரசியல் கொண்டாடிய வரலாற்று முனைவுகளானது எவ்வாறு சிறப்புப் பதிவேற்றம் பெற்றிருந்தன என்பது இவ் வாய்வினால் விளக்கம் பெற்றுள்ளன.

அன்றைய வேந்தர் மரபு தாமடைந்த சிறப்புகளை, எடுத்தாளப் படும் தொன்மங்களின் உருவம் தாங்கிநிற்கும் பொருள் களினூடே மறைபொருளாய்க் குறிப்புணர்த்தியது. அவ்வாறு தத்தம் தற்குறிப்பேற்றத்தினை எவ்வாறு தாம் அமைத்த முப்பரிமாணத்தில் உட்புகுத்தி வெற்றி கண்டனர் என்பதனை இவ்வாய்வு விசாரணையிட்டுள்ளது. தற்குறிப்பேற்றம் என்பது ஒருவன் தன்னுடைய குறிப்பினை அல்லது சிறப்புக் கருத்தினைப் பிறிதொன்றின் மீது ஏற்றிக் கூறுதல்; அவ்வாறு கூறுகிற நிலையில் அது மறைபொருளாய் அமையும். இம் மறைபொருளினை ‘உருவகம்’ எனலாம். இவ்வுருவகத்தினை உள்ளீடாகப் பெற்று நிற்கும் உருவம் கலையைப் பொருத்தவரை பொதுமரபின் படிமமாக இருக்கலாம்.

மேலும், அவ்வாறு தற்குறிப்பினை ஏற்றிச்சொல்ல எண்ண மிட்ட அரசனின் விருப்பத்திற்குத் தலைவணங்கி, கலையில் பொறியியற் புதுமைகளைப் புகுத்தி வெற்றி ஈட்டிய தமிழ்க்

கலைஞர்களின் மாண்பும் சிறு அறிமுகமாக அளிக்கப்பட்டுள்ளது. இதனால் அது சாதியக் கொள்கையைப் பேசுகிறது என்பதாகாது.

இறைவனின் விண்நெடியத்தினுள் தன்நெடியம் தக்கவைத்த அரசனின் தற்குறிப்பேற்றம் செழுமைபெற, தாம் எடுத்த விஸ்வரூபத்தினைத் தாமே அறியாமல் நீர் ஒட்டாத் தாமரையாய் 'நான்' ஒழித்த கலைஞர்களின் கூர்திறம் வியப்பிலாழ்த்துகிறது.

எனினும், பெரும்பாலான தமிழகக் கலைஞர்களின் பெயர்கள் பதிவிடப்படாமலேயே விடப்பட்டுள்ளன. மாமல்லபுரத்தின் சிற்பியரின் பெயர்கள் இரண்டு கிலோமீட்டர் தள்ளி ஓர் ஒதுக்குப் புறமான பாறையில் செதுக்கிவைக்கப்பட்டுக் கிடக்கிறது. எல்லோரா குடைவரைக் கோயில்களை வடிவமைத்த தச்சர் பெருமக்களின் பெயர் தெரியவில்லை. தஞ்சைப் பெரிய கோயிலைக் கட்டிய பெருந்தச்சனின் பெயர் அறியப்பட்டிருப்பினும், கங்கை கொண்ட சோழபுரத்தின் பெரியகோயிலைக் கட்டிய தச்சனின் பெயர் அறிய இயலவில்லை. அவ்வாறே அறிந்திருந்தாலும் பெரும்பாலானோருக்கு இன்னமும் தெரியாத நிலையே. அவ்வாறே, அடுத்த பிற பெரிய கோயில்களான தாராசுரத்தின் ஐராவதேசுவரர் கோயிலின் தச்சனின் பெயரும், திருபுவனத்தின் கம்பஹரேசுவரர் கோயிலை எழுப்பிய தச்சனின் பெயரும் அறியப்படாமல் கிடக்கின்றன. தலைமைத் தச்சனுக்கே இக்கதி என்றால் ஒவ்வொரு கோயிலையும் எழுப்ப ஈடுபட்டிருந்த பிற ஆயிரக்கணக்கான தச்சர்களின் பெயர்கள் விடுபட்டது பற்றிச் சொல்லத் தேவையில்லை.

இலக்கியப் புலத்தில் அறியப்படாமல் கிடந்த புலவர் பெயர்கள் அவர்தம் செய்யுள்களின் சாரத்தினைக் கொண்டு காக்கைப்பாடினியார், வெள்எருக்கிலையார், நரிவெரூஉத்தலையார் போன்ற காரணப்பெயர்களால் ஈடுசெய்யப்பட்டிருந்தன. ஆனால் கலைப்புலத்தில் எவரும் மெனக்கிட்டதாகவோ அல்லது அவ்வாறாக மெனக்கெட்டும் குறிப்புகள் அடங்கிய ஓலைச்சுவடிகள் கிடைக்கப்பெறாது போனதாகவோ அல்லது அழிக்கப்பட்டுள்ளதாகவோ தெரிந்துகொள்ள முடியவில்லை.

அவ்வகையில், இயற்பெயருடனோ புனைபெயருடனோ சிற்பிகளின் பெயர்களும் இன்னும் கிடைத்தபாடில்லை. எனினும், பல்லவர் சமஸ்கிருதத்தினைத் தம் கல்வெட்டுக்களில் கையாண்டிருந்த நிலையில் பூஞ்சேரியின் குதிரைத்தொட்டிக் கல்வெட்டு சமகாலத்தியதாயினும் சிற்பியர் பெயர்கள் தமிழில் பொறிக்கப்பட்டுள்ளமை குறிப்பிடத்தக்கது. இவை

நம்மை வேறொரு ஆய்விற்கு அழைத்துச் செல்வதற்காகக் காத்துக்கிடக்கின்றன.

ஆய்வுக் கருப்பொருள்

1. பல்லவப்பெருவேந்தன் ராஜசிம்மன் எழுப்பிய விஸ்வரூபச் சிற்பத்துடனான பாடகம் கோயில், மகாபாரதத் தொன்மம் கூறும் கிருஷ்ணனின் விஸ்வரூபத்தினை நேர்பொருளாகக் காட்சிப்படுத்துகிறது.

2. பல்லவப்பெருவேந்தன் மூன்றாம் நந்திவர்மன் எழுப்பிய விஸ்வரூபச் சிற்பத்துடனான ஊரகம் கோயில், பாகவதபுராணம் கூறும் திருமாலின் வாமன அவதாரம் காட்டிய விஸ்வரூபத்தினை நேர்பொருளாகக் காட்சிப்படுத்துகிறது.

இதோடு ஆய்வறிஞர்கள் விட்டுவிட்டார்கள் அதில் வேறொன்றும் இல்லையென்று!

தொன்ம முன்னிறுத்தம் பெற்ற நேர்பொருளாக இறையுருவங்களின் விஸ்வரூபத்தினைக் குறிப்பிடுகிறது தலவரலாறு. ஆனால் நமக்கு இவை மட்டுமே போதுமானதாக இல்லை. இது ஒருபுறமிருக்க, வரலாற்றாளர்களின் சார்பில் மைக்கேல். டபிள்யூ. மெய்ஸ்டர் (Michael W. Meister) என்பவர் பாண்டவத்தூதப் பெருமாள் கோயில் மீது சிறு அடிப் படையான தகவல்களைத் தந்துசென்றுள்ளார். பிற ஆய்வாளர்களும் நம்தரப்பு வரலாற்று அறிஞர்களும் எதுவும் சொல்லாமல் சென்றனர். அவரும் (M.W. Meister) ஒருசில தவறான தகவல்களைப் பதிவிட்டுச்சென்றுள்ளார். அவற்றில் ஒன்று மட்டும் மறுத்தும் திருத்தியும் இங்கு எழுதப்படவேண்டியுள்ளது. அவ்வகையில், பாண்டவத்தூதப்பெருமாள் கோயிலின் மூலவர், கிடந்த கோலத்துடன் இருப்பதாக எழுதிவைத்துள்ளார். கிட்டத்தட்ட இது 34 ஆண்டுகளாக மறுக்கப்படாமல் இருக்கிறது. பதினெட்டு அல்லது பத்தொன்பது அடி உயரத்துடன் அமர்ந்திருக்கும் சிற்பம் அது. களப்பணி முடிந்தும் நாட்கள் கடந்து தாமதமாய் எழுதுகிற நிலையில் அல்லது களம் செல்லாமல் பிற அறிஞர்கள் எழுதிய வற்றைத் தொகுத்து அல்லது குறிப்பாக மேற்கொண்டு எழுதுகிற நிலையில் இவ்வாறான தவறுகள் நிகழ வாய்ப்புண்டு. எனவேதான், என் கள ஆய்வுகள் ஒருமுறையுடன் நின்றுவிடுவதில்லை.

பிற்காலச்சோழருக்கு முன்வாழ்ந்த ஆழ்வார்களால் பாடப்பெற்ற கோயில்கள் தம் தோற்றம் பல்லவர் காலத்தியது என்று பறைசாற்றின. முழுதும் சோழர் கட்டுமானமாகக் காட்சிதரும்

இவை முன்பு பல்லவர்களால் எழுப்பப்பெற்றவையாகும். அவை நாம் உற்று நோக்குகிறோம் என்பதற்கிணங்க, தம்மை ஆய்வு செய்ய ஒரு நெறிமுறையை வகுத்துத்தந்தன. அவ்வகையில், இதனைப்பார்; உற்றுநோக்கு; குறிப்பெடு; பின் அதனைப்பார்; உற்றுநோக்கு; ஒப்பிடு; குறிப்பெடு; உரிய நூல்நோக்கீடு செய்; இவற்றின் அடிப்படையில் காலம் கணி; ஆழமாய் யோசி; எளிதென ஒன்றில் பற்றி திசைமாறாதே; மெய்காணப் பல முறை களப்பணி ஆற்று; தொகு; தேவைப்படின் மீண்டும் களம் காண்; மறுபரிசீலனை செய்; மீள் திருத்தமிடு; பொருள் மயக்கம் தவிர்; எளிமைப்படுத்துகிறேன் என மொழியின் தரம் சிதைக்காதே என வகுத்துக்கொண்ட ஓர் ஒழுங்கின்கீழ் முனைவுகொண்ட ஆய்வு இது.

சென்னை   எஸ்.ஏ.வி. இளஞ்செழியன்
26.5.2018

நன்றியுரை

குறிப்பிட்ட இவ் ஆய்வு தொடர்ந்து நிகழ்த்தப் பட்டதன் விளைவாய் முதலாவதாக ஒரு கட்டுரையை ஆங்கிலத்தில் எழுதியிருந்தேன். இவ்வாய்வுக் கட்டுரை ஒரு பன்னாட்டு மின்சஞ்சிகை யில் வெளியானது. இரண்டாவதாக மற்றுமொரு ஆங்கில ஆய்வுக்கட்டுரையை அதன் நெறிசார்ந்து *"Ulagalantha Perumal Temple - The Chola's Royal Code of a Historical Survey and Surveyors"* என்ற தலைப்பினில் எழுதினேன். அவ்வாய்வுக் கட்டுரையும் பன்னாட்டு மின்சஞ்சிகையில் வெளி வந்தது. இவ் ஆய்வினைக் குறுநூலாக வெளியிடத் திட்டமிட்டு எழுதி வந்தேன். ஆயினும், தொய்வற்று நிகழ்ந்த ஆய்வினால் 300 பக்க அளவிலான இரண்டு பாகங்களுடன் அது இறுதி வடிவம் பெற்றுக் கொண்டது. இவ் ஆய்வு முழுக்க வழக்கமான என் பாணி தனி நபர் ஆய்வு எனும் இரண்டாவது ஆங்கிலக் கட்டுரைக்கு மட்டும் எனது மூத்த மகன் வ.இ. இராஜராஜ சோழனை (சமூகக் கட்டுமானவியற் பொறியாளர்) இணையாசிரிய ராக இணைத்துக்கொண்டேன். ஏனெனில், அக்கட்டுரை நில அளவைக்கான அடிப்படையில் அமைந்த நிலையில் அவ்வாறு உடன்படுத்திக் களப்பணியாற்றச் செய்திருந்தேன். மட்டுமின்றித் தொடக்கக் களப்பணியின்போது எனது இளையமகன் வ.இ. சிபிச்சக்கரவத்தி உதவிசெய்திருந்தார். காஞ்சி புரத்தின் ம. அசோக் அவ்வப்போது உதவினார். எனது மாணவர் சோ. கார்த்திக் (கட்டடக்கலைத் துறை, தியாகராஜர் பொறியியற் கல்லூரி, மதுரை) களப்பணிகளில் நன்கு உதவினார். இவர் காஞ்சி புரத்தைச் சேர்ந்தவர். இவர்கள் அனைவருக்கும்

எனது நன்றியைத் தெரிவிக்கக் கடமைப்பட்டுள்ளேன். இது தவிர, இவ் ஆய்விற்கான கணினி அடிப்படை விளக்க வரை படங்களை எனது இயக்கத்தின் கீழ் செய்து தந்த உதவிப் பேராசிரியர் தம்பி கி. க. விக்னேஷ்வர் அவர்களுக்கும் நன்றி தெரிவித்துக்கொள்கிறேன். எதிர்பார்ப்பது கிடைக்கும் வரை அவரை இயக்க நேர்ந்தது. இதனால் அதிக நேரம் செலவானது. பின்பு அப்படங்களிடையே போட்டோ ஷாப் உதவியுடன் தேவையான ஓவியங்களை வரைந்து இணைத்து மேலும் சிறப்பு விளக்கப்படங்களாக மாற்றியமைத்துள்ளேன். காலதாமதத்திற்குக் காரணம் அக்கணினி விளக்கப்படங்களே. ஒருவகையில் அக்காலதாமதமும்கூட இந்நூலின் இரண்டாம் பாகம் மலர்ந்திட காரணமாய் அமைந்தது.

எனது ஆய்வுகளுக்கு ஊக்கமளித்துவரும் எமது கல்லூரித் தாளாளர் திரு. கருமுத்து கண்ணன் அவர்களுக்கும் செயலர் திரு.க. ஹரி தியாகராஜன் அவர்களுக்கும் முதல்வர் வி. அபய்க்குமார் அவர்களுக்கும் கனிந்த நன்றியைத் தெரிவித்துக்கொள்கிறேன். இந்நூலினைச் செம்மைப்படுத்திச் சீர்செய்தளித்த அறிஞர். திரு. பழ. அதியமான் அவர்களுக்கு நன்றியுடையவனாவேன். இந்நூலினை வெளியிட இசைந்து நற்பதிப்பாக வெளியீடு செய்துள்ள காலச்சுவடு பதிப்பகத்தாருக்கு உளம் கனிந்த நன்றி.

எஸ்.ஏ.வி. இளஞ்செழியன்

இணைப் பேராசிரியர்
கட்டடக் கலைத்துறை
தியாகராஜர் பொறியியற் கல்லூரி
மதுரை
21.7.2018

அறிமுகம்

காஞ்சிபுரம் வரலாற்றுச் சிறப்புமிக்க பெரு நகரம். இந்நகரத்தின் கட்டமைப்பு பல சிற்றூர்களை உள்ளடக்கியது. திருவெஃகா, பாடகம், ஊரகம், திருப்பருத்திக்குன்றம், அத்தியூர் என இன்னும் சில ஊர்கள் அதில் அடங்கும். திருவெஃகா கிழக்குப் பகுதியில் அமைந்துள்ளது. இவ்வூரில் பெருமாள் கோயில் ஒன்று இடம்பெற்றுள்ளது. (பார்க்க: நிழற்படம் – எண்: 2,3,4) அதனின் இறைவன் 'சொன்னவண்ணம் செய்தபெருமாள்' என அறியப்படுகிறான். 'யதோக்தகாரி' என்றும் அவன் அழைக்கப்பெறுவதுண்டு. இவ்விரண்டு பெயர்களும் இடைக்காலத்தில் தோன்றியவை. எனினும், இலக்கியங்கள் இவ்வூரினை 'நீணகர்வாய்' என்று குறிப்பிடுகிறது. இன்று சொன்னவண்ணம் செய்தபெருமாள் என்று அழைக்கப்படும் இவ் விறைவனை அன்று 'பாம்பணைப் பள்ளி அமர்ந்தோன்' என்று சங்க இலக்கியமான பெரும் பாணாற்றுப்படை குறிப்பிடுகிறது. நேரடியாக இடம் சொல்லிக் குறிப்பிடவில்லை என்றாலும், அது குறிப்பிடுவது இவ்விறைவனையே என்பதில் எள்ளளவும் சந்தேகமில்லை. அறிஞர்களும் பெரும்பாணாற்றுப்படை குறிப்பிடும் கோயிலாக இதனையே குறிப்பிடுகின்றனர். ஏனெனில், காஞ்சி புரத்தில் பிறவெங்கும் உறங்கும் தோற்றம் கொண்ட (பள்ளிகொண்டபெருமாள்) பெருமாள்கோயில் இடம்பெறவில்லை. அவ்வூரின் பெயரும் இறைவனின் பெயரும் முற்றிலும் அன்று தமிழ்ப் பெயர்களாக இருந்துள்ளன. தொண்டைமான் இளந்திரையன் இக்கோயிலை எழுப்பியிருந்தான். திருமாலைப்

பற்றிய செய்திகளை அதிகம் பெற்றுள்ள பெரும்பாணாற்றுப்படை இதனை உறுதி செய்கிறது. திருமால்; பெருமாள் எனவும் விஷ்ணு எனவும் போற்றப்படுபவர். பெரும்பாணாற்றுப்படை இளந்திரையன் மீது பாடப்பட்ட இலக்கியமாகும்.

முன்பு பெரும்பரப்புடனான தமிழகத்தைக் களப்பிரர்கள் ஆட்சி செய்திருந்தனர். களப்பிரர்களை வீழ்த்தி; பல்லவர், தொண்டை நாட்டினையும் சோழ நாட்டினையும் கவர்ந்து தம் பேரரசினை நிறுவினர். தலைநகரான காஞ்சிபுரத்தைக் கலை–நகரமாக மாற்றியமைத்தனர். கல்வியில் சிறந்திருந்த காஞ்சி, கலையால் அலங்கரிக்கப்பட்டு அழகுடன் விளங்கியது. இடைக்காலத்தின் தொடக்கத்தில் மலர்ந்த சமயப் புரட்சியால் ஓவியம், சிற்பம் மற்றும் கட்டடக்கலை எனும் நுண்கலைகள் பெரிது களம் கண்டிருந்தன. நுண்கலைகள் அலங்காரக் கலையாகவே தொல்காலத்தில் கையாளப்பட்டிருந்த நிலையில் அவை இறைவனிடம் அழைத்துச்செல்லும் சிறப்பு ஊடகங்களாயின. அவ்வாறு கலை எனும் ஊடகத்தால் புலப்படுத்தப்பட்ட சமய ஒழுக்கம் வாழ்வியலின் இயங்கியலைச் சீர் ஒழுக்கத்துடன் மறுவரையறை செய்திருந்தது. அத்தகைய நற்சூழலில் தோன்றிய பல கோயில்கள் பல்வேறு சிறப்புகளைப் பெற்றவையாய் உள்ளன.

ஒவ்வொரு காலகட்டத்தில் நிலவிய சூழலும், குழு அல்லது தனி நபருக்குரிய மன அதிர்வுகளின் விகிதாச்சாரமே தாம் வழிபடும் கடவுளரின் உருவ அமைதிகளை நிர்ணயம் செய்பவையாய் இருந்துவந்துள்ளன. இது பின்னர், சாத்வீக; ராஜச; தாமஸ எனும் முக்குணங்களாக வகைப்படுத்தப்பட்டன என்பது குறிப்பிடத்தக்கது. இம்மூன்று குணங்களையும் நான் தமிழில் ‘ஒருங்குரு’ ‘அசைவுரு’ ‘எதிர்ப்புரு’ என முறையே புதிய கலைச்சொற்களால் ஈடு செய்திருந்தேன். அவ்வகையில் மேற்குறிப்பிட்டதற்கு எடுத்துக்காட்டாக; மலைகளிடையே தனித்து வாழ்ந்த அல்லது வாழுகிற பழங்குடி மக்களின் இறையுருவங்கள் எவையும் சாந்த வடிவ தெய்வங்களாக இருப்பதில்லை. எல்லை காக்கும் கடவுளின் உருவங்கள் அனைத்தும் கொடும் ஆயுதங்களுடன் தோற்றப்படுத்தப்படுபவை. அரண்மனை நுழைவு வளைவுகளில் திருமகளின் சிற்பம் பொறிக்கப்பட்டிருக்கும். சங்கநிதி, பதுமநிதி என்கிற செல்வக் குறியீடுகளான யானைகளின் இரு உருவங்களுடன் மையமாக இலட்சுமியின் உருவம் காணப்படும். அவ்வாறு இடம் பெற்றிருந்துள்ளதை இலக்கியங்கள் ஆவணம் செய்து வைத்துள்ளன.

உளவியலின் அடிப்படையில் இறை உருவங்கள் அவ்வாறு புலப்படுத்தப்பட்டிருந்தன. இம்மரபின் இடையே, அவ்வாறு

புதியதாகச் சில படிமங்கள் அறிமுகம் செய்யப்பட்டதின் பின்னணியில் ஏதோ ஓர் உந்துதல் கருவாக அமைந்திருத்தல் வேண்டும். இதையும் தாண்டி ஒரு சிறப்பு நிகழ்வின் வெற்றி, அரசனின் எண்ணத்திலும் குடிமக்களின் எண்ணத்திலும் நிறைந்து நிற்க; அது கொண்டாட்டமாக மாற்றம்பெறுகிறது. அச்சிறப்பினைப் போற்றி, நினைவு கூர்ந்திடும் வகையில் அன்று அவை கலைச்சின்னமாக மாற்றம்பெற்று விடுவதுண்டு. இதற்கெனத் தனித்த கலைக்கட்டுமானங்களோ குறிப்பிட்ட நேரிடைச் சிற்பங்களோ அமைத்து வைப்பார்கள் என்பது அல்ல. கோயில் எழுப்புவதே அன்றைய அதி சிறப்பாக இருந்துள்ளது.

இதன் அடிப்படையில் அமைந்த இந்நூல்; காஞ்சிபுரத்தில் உள்ள குறிப்பிட்ட மூன்று கோயில்களின் தோற்றம் மற்றும் அவற்றில் நிகழ்ந்த மாற்றம் குறித்து ஆய்வு செய்துள்ளது. இதனால் இதுவரை அறியப்படாமல் கிடக்கும் ஓர் அரிய மரபின் வரலாற்று உண்மைகளை மிகப் புதியதாக அறிய இயலும். அக்குறிப்பிட்ட கோயில்களின் தோற்றப் பின்னணி எத்தகைய சுவராசியமானதோ அவ்வாறே அவற்றில் நிகழ்வுற்ற மாற்றப் பின்னணியும் படு சுவாரசியமானதாகும். தோற்றம் மாற்றம் என இரண்டும், சிற்பத்தின் மூலமுமாகவும் அல்லது அச்சிற்பத்தினைத் தாங்கியுள்ள கோயிலை உடன்படுத்தியும் அவ்வாறு சிறப்பு நினைவுக் கட்டுமானங்களை அன்றைய அரசமரபினர் ஆர்வத்துடன் செய்து வைத்தனர்.

கோயில்கள், இன்றைய உளவியலின்படி வழிபாட்டிற்கான தலங்களாகவே மாறிக்கிடக்கிறது. ஆனால், அன்று கோயில் அனைத்திற்குமான ஒரு மையப்புள்ளியாகவே சிறப்புற்று இருந்துள்ளதை வரலாறுகள் கூறுகின்றன. இதனால்தான் ஆவணங்கள் அங்குக் கல்வெட்டுகளாக நிறைந்தன. அவ்வாறான கல்வெட்டுக்கள்; அரசவம்சத்தின் புகழ், ஆளும் அரசனின் கீர்த்தி, ஆண்டுக்குறிப்பு, அளித்த கொடை, பிறப்பித்த ஆணை, சமூகத்தின் சில நிகழ்வுகள், நிலம் விற்ற அல்லது வாங்கிய செய்தி விவரம், இறையிலி நிலங்கள், பிரம்மதேய தானம், ஆனத்தியாக நின்றவனின் விவரம், சாட்சிகளின் முகவரி, கல்வெட்டு செதுக்கிய தச்சன் யார் என்ற குறிப்பு என இன்னும் பல்வேறான தகவல்களைக் கொண்டவையாக உள்ளவை.

எனினும், கல்வெட்டுகளைத் தாண்டியச் சிறப்புச்செய்தியை ஓர் ஒற்றை உருவத்திற்குள் அதன் உருவம் மாறாமல் உருவகமாக உள்ளீடு செய்து, மறைபொருள் தருமாறு இரட்டுற மொழிந்திருப்பதனைத்தான் இவ்வாய்வு வெளிச்சத்திற்குக் கொண்டுவந்துள்ளது.

ஆய்வின் நோக்கம்

வழக்கத்திற்கு மாறாக மிக உயரமான கருவறைச் சிற்பங்களை, காஞ்சிபுரத்தின் இரு கோயில்கள் பெற்றுள்ளன. அவை, காஞ்சிபுரத்தின் அங்கமாக உள்ள பாடகம் மற்றும் ஊரகம் எனும் பழம் ஊர்களில் அமைந்துள்ளன. இன்று அவ்வூர்கள் திருப்பாடகம் மற்றும் திருவூரகம் என்று அறியப்படுகிறது. பாண்டவத்தூதப் பெருமாள் கோயில் என திருப்பாடகத்தின் கோயிலும், உலகளந்த பெருமாள் கோயில் என திருவூரகத்தின் கோயிலும் வழங்கப்படுகின்றன. அவற்றிற்காக வழங்கப்படுகிற தலவரலாற்றுப் பின்னணியைப் படித்தறிந்தோம். தலவரலாறு, அக்கோயிலின் மூலவர் சிற்பங்களை விஸ்வரூபங்களாகக் குறிப்பிடுகிறது. 'விசும்புரு' எனும் தமிழ்ச்சொல்லே விஸ்வரூபமாக சமஸ்கிருதத்தில் கையாளப்படுகிறது. ஆக, விசும்பில் விரிவுரும் உருவம் என்பதாகும். இதனை 'விண்ணெடியம்' என்றும் வழங்கலாம். விண்ணில் நெடிது ஓங்கும் இறைஉருவம். திருப்பாடகத்தின் பெருமாள் அமர்ந்த நிலையில் விஸ்வரூபக்காட்சி தருகிறார். திருஊரகத்தின் பெருமாள் உலகளந்தவாறு நடந்த கோலத்துடனான விஸ்வரூபக்காட்சிதருகிறார்.

திருஊரகத்திற்கும் முந்தைய கோயிலான திருக்கோவிலூரின் உலகளந்த பெருமாள் கோயில் கருவறையில் இத்தகைய உயரமான சிற்பம் இடம்பெறவில்லை. இதனால்தான் அவ்விரு கோயில்களின் நெடிய உருவங்கள் நமக்கு நெருடலைத்தந்தன. அக்கோயில்களில் குறிப்பிட்ட ஒரு காலகட்டத்தில் திருப்பணி செய்யப்பட்டுள்ளதாகத் தெரிகிறது. 'திருப்பணி' என்று சொல்வதைவிட 'மறுதிருத்தப்பணி' என்று அதைக் குறிப்பிடலாம். அவ்வாறு மறுதிருத்தம் செய்யப்பட்டபோது மூலவர் சிற்பங்கள் முன்பு இருந்த சிற்பங்களைக்காட்டிலும் பெரிதுபடுத்தி அமைக்கப்பட்டவைகளாகக் காணப்படுகின்றன. மறுதிருத்தம் என்பதால்தான் அக்கோயில்களில் அளவுகள் சற்றுக் கூடுதலாகி விகாரம் அளிப்பதாய் உள்ளன. குறிப்பிட்ட அவ்விருகோயில்களின் கருவறையில் வழக்கத்திற்கு மாறாக நிறுவப்பட்டிருக்கும் நெடுஞ்சிற்பங்களின் காரணங்களையும், பின்னணியாக நிற்கும் வரலாற்று நிகழ்வுகளையும் வெளிக்கொணர்வதே இவ்வாய்வின் நோக்கமாகும்.

விரிவான ஆய்வுக்குள் நுழையும் முன் ஆய்விடப்படும் கோயில்களின் தலவரலாற்றுப் பின்னணியையும் (தொன்மப்பின்னணி), இவ்வாய்வு வெளிக்கொணர்ந்துள்ள வரலாற்றுப் பின்னணியையும் அறிந்துகொள்வது அவசியமாகும்.

1. கோயில் தொன்மப்பின்னணி

1. திருப்பாடகம் – பாண்டவத்தூதப் பெருமாள் கோயில்

(பார்க்க: நிழற்படங்கள் – எண்: 5 – 10)

மகாபாரதத் தொன்மத்தின் தொடர்ச்சியாக விண்ணெடியத் தோற்றத்தினைக் கிருஷ்ணர் அர்ஜுனனின் கொள்ளுப் பெயரனான ஜனமேஜயனுக்குக் காட்டியருளியதாகக் கூறப்படுகிறது. முன்பு, போர் மூளுவதற்கு முன்பாக, கிருஷ்ணர் பாண்டவர்களின் தூதராகக் கௌரவர்களின் அரசவைக்குச் சென்றார். அங்கே அவரைக் கொல்லச் சதி செய்திருப்பதை உணர்ந்தார்; இதனால், தாம் இறைவனின் அவதாரம் என்று கூறி அதனை மெய்ப்பிக்க வானளாவி நெடிதுயர்ந்து விஸ்வரூபத்தினைக் காட்சிப்படுத்தினார். மீண்டும்; மற்றுமொரு சூழலில் ஜனமேஜயனின் வேண்டுகோளுக்கு இணங்க, அதே நெடுந்தோற்றத்தினை அமர்ந்த நிலையிலேயே இங்கு காட்சி தந்ததாகத் தலவரலாறு குறிப்பு தருகிறது.

2. திருவூரகம் – உலகளந்த பெருமாள் கோயில்

(பார்க்க: நிழற்படங்கள் – எண்: 11 – 21)

பாகவதபுராணம் இதற்கு ஒரு தொன்மத்தினைப் பேசுகிறது. அவ்வகையில் தேவலோக இந்திரனின் உரிமை மாவலிச்சக்கரவர்த்தியால் பறிக்கப்பட்ட நிலையில் அதனை மீட்டு இந்திரனிடம் ஒப்படைக்க விஷ்ணு வாமன அவதாரம் எடுத்தார். வலிச்சக்கரவர்த்தி இரண்யகசிபுவின் பெயரனும் பிரகலாதனின் மகனும் ஆவான். வலி நல்லொழுக்கம் கொண்டவன். அருந்தவங்களை இயற்றிப் பெரும் வலிமையையும் கீர்த்தியையும் அடைந்தவன். மாபெரும் வலிமையுடையவன் என்பதனால்தான் ‘மாவலி’ என்ற பெயர்பெற்றிருந்தான். (‘மகாபலி’ என்றழைக்கப்படுவது கன்னட வழக்குப்படி என்பதாகலாம்.) இந்திரனின் இழிநிலை கண்டு இறைஞ்சிய விஷ்ணு குறளுருவம் கொண்டார். வாமனனாக, கேட்பவருக்கு மறுக்காது கொடுக்கும் மாண்புகொண்ட மாவலியின் முன் சென்று யாசகமாக, மூன்றடி அளவேகொண்ட நிலத்தினைத் தானமாகக்கேட்டார். மாவலியும்; ஒரு குழந்தையின் உயரமே கொண்ட இவ்வேதியனின் கால் அளவைப்பொறுத்தவரை அது உண்மையான மூன்றடிக்குள்ளாகவே இருக்கும் என ஏளனமாக நினைத்தவனாய்த் தாராளமாக அளந்து எடுத்துக்கொள்ளச் சொன்னான். தம் குருவான சுக்கிர ஆச்சாரியின் எச்சரிக்கையையும் அவன் பொருட்படுத்தவில்லை. அற்ப உயரம் கொண்டவனின் காலால் அளந்து எடுத்துக்கொள்ளப்படும் மூன்றடி நிலம் தமக்கு எவ்வித இழப்பையும் தராது என நினைத்தான் போலும்.

ஆனால் நடந்தது வேறாக இருந்தது. நிலதானம் கேட்கும்போது குள்ளமாயிருந்த வாமனன் நிலமளக்கும்போது வான் ஓங்கி நிற்கும் விஸ்வரூபத்தினை எடுப்பான் என வலி நினைக்கவில்லை. இரண்டே அடியில் மொத்தத்தையும் அளந்துவிட்டு மீதி மூன்றாவது அடிக்கு இடம் கேட்க; அளவிற்கு உட்படாத இடம் எம் தலை ஒன்றே என மண்டியிட்டுத் தலைகாட்டி வணங்கினான் வலி. மூன்றாம் அடியை மாவலியின் தலையில் வைத்த விஷ்ணுவின் பாத அழுத்தம், அவனைப் பாதாள உலகத்திற்குக் கீழ்த்தள்ளிய நிலையில் அவனுக்கு அவ்வுலகத்தினை ஆள விஷ்ணு வரம் தந்ததாகவும் அல்லது மீண்டும் அவனது நாட்டை அவனுக்கே கொடுத்து அருளினார் என்றவாறும் செய்திகள் காணக்கிடக்கின்றன. இக்கோவிலுக்கென்று குறிப்பிடும்படியான தலவரலாறு இல்லையென்பதால் இப்பொதுத் தொன்மமே அதன் வரலாறாக வழங்கப்படுகிறது.

3. கோயில் வரலாற்றுப்பின்னணி

வைணவம் உருவ வழிபாட்டு மரபில் நுழைந்த நிலையில் அதன் தொடக்ககாலக் கோயில்களைப் பொருத்தவரை பள்ளிகொண்ட பெருமாளின் உருவமே முதலாம் படிமமாக அமைந்திருத்தல் வேண்டும். இதற்கான முன்னோடியாகப் புத்தரின் சயனக் (கிடந்த) கோலம் கூறப்படுகிறது. எனினும் விஷ்ணுவிற்கான தொன்மப் பின்னணியின்படி ‘பாம்பணை உறக்கம்’ (அனந்தசயனம்) மிகச்சரியாக நாராயணனுக்கே முழுதும் பொருந்தியிருந்தது. நீர்+அயணம் என்ற அடிப்படையில் அன் விகுதியுடன் மாற்றம்பெற்ற காரணப்பெயராக நாராயணன் சொல்லப்படுகிறார். நீரயணன் என்பது மருவி நாராயணன் என வழங்கப்படுவதாக ஒரு சாரர் கருதுகின்றனர். எனினும் இப்பெயர் இடைக்காலத்தில் தோன்றிய ஒன்றே.

சங்ககாலத்திய சோழர்காலக் காஞ்சிபுரத்தில், புத்த–ஸ்தூபிகள் மற்றும் பீடிகைகள் இருந்ததை இலக்கியமும் வரலாற்றுக் குறிப்புகளும் உரைக்கின்றன. இதனால், உறங்கும் நிலை புத்தபடிமம் காஞ்சிபுரத்தில் இடம்பெற்றிருந்துள்ள நிலையில் திருமாலுக்குரிய பாம்பணை உறக்கம் படைப்புற்றிருத்தல் வேண்டும். வேங்கடத்தில் நிற்கும் பெருமாளிற்கு உரிய தோற்றக் காலம், அறியமுடியவில்லை. கள்வர் கோமான் ‘புல்லி’ ஆண்ட பகுதியாக வேங்கடம் அமைந்திருந்த நிலையில், தொண்டைமானுக்கும் முன்னர் அக்கோயில் எழுப்பப்பட்டிருத்தல் வேண்டும். எனினும் பெரும் காலவித்தியாசம் இருக்க வாய்ப்பில்லை. இருவருமே சமகாலத்தவராகவோ அல்லது சற்றே முன் பின் காலத்தவர்களாகக்கூட இருக்கலாம். எனின், ‘நின்றநிலை’ என்பது

பொது வடிவ மரபாக எக்கடவுளருக்கும் அமைந்துவிட்டது எனப் பொருள்கொள்ளலாம். அவ்வாறு நின்ற அமைதியில் பெருமாளுக்குரிய தோற்றம் முன்பே இருந்திருந்தால் பின்னர் இலக்கணம் கண்ட 'முக்கோல' மரபினில் 'இருந்த' அல்லது 'அமர்ந்த' அமைதி மட்டுமே அறிமுகம் பெறாமல் நிலுவையில் இருந்திருக்கும். இவ்வமைதி இடம்பெற்ற பின்புதான் வைணவ சமய ஆழ்வார்களால் இவை முதன்மைப் படுத்தப்பட்டு வரிசை பெற்றிருக்கக்கூடும். எனவே, "நின்ற – இருந்த – கிடந்த" என்கிற ஓர் ஒழுங்கு வரிசையானது ஒரு புள்ளியில் அமையக் கடந்து சென்ற காலங்கள் கணிசமானதே. ஒருவேளை நின்ற அமைதி யினுடனான உருவத்தின் பயன்பாடு தொல்காலத்திலிருந்தே வழக்கம்பெற்றதாகலாம். ஒருவேளை, அம்மரபு புதியதல்ல என்றால்; இருந்த (உட்கார்ந்த நிலை) அமைதிக்கான உருவ அமைதிகள் இடைக்காலத்தின் மரபெனவே கொள்ளல்வேண்டும். இதனை இயற்றிய தளமாகக் காஞ்சிபுரம் முன்னிற்கும்.

பிறநகரங்களான பாண்டியரின் மதுரையிலும், சோழரின் உறையூரிலும் (தஞ்சாவூர் அன்று தலைநகரமாக இல்லை) 'இருந்த' அமைதியை அறிமுகப்படுத்தியிருத்தல் கூடாதா? என்கிற கேள்வி எழலாம். காஞ்சிபுரம் வட இந்தியாவிற்கான நுழைவு வாசல். வட இந்தியாவில் தோன்றிய புத்தமதம் முதலில் இங்கு பரவிய நிலையில்தான் பின் கணிசமாகத் தெற்கு நோக்கிப் பயணித்திருந்ததை உணர்தல்வேண்டும். இதனால் காஞ்சிபுரம் ஒரு பகுத்துணரும் இடை – தளமாக வட மற்றும் தென் புலத்திற்கிடையே பெரும்பங்காற்றியிருப்பினும் அது தமிழகத்தின் தலைமைக் கலைத்தளமாக இடைக்காலத்தில் அமைந்திருந்தது எனலாம்.

இது ஒருபுறமிருக்க, காஞ்சிபுரத்தில் தொண்டைமான் இளந்திரையனால் எழுப்பப்பட்டிருந்த திருவெஃகா கோவில் அதன் தன்மையில் தமிழகத்தின் முதலாம் கோயிலாக இருக்க வாய்ப்பில்லை. ஏனெனில், இளந்திரையன் காஞ்சிபுரத்தை ஆள்வதற்கு முன்பே புகாரில் (பூம்புகார்) மணிவண்ணனுக்கான கோயில் ஒன்று நகரின் மையப்பகுதியிலேயே இருந்துள்ளதை இளங்கோவடிகள் தெளிவாகக் குறிப்பிடுகிறார். அவ்வகையில் வீட்டைவிட்டு வெளியில் வந்த கோவலனும் கண்ணகியும் அருகில் இருந்த அக்கோயிலுக்குச் சென்று வணங்கி வலம் வந்தபின் மதுரை செல்லும் பயணத்தைத் துவக்கினர் என்பதாகும். பாடல் பின் வருமாறு:

ஏழகத் தகரும் எகினக் கவரியும்
தூமயிர் அன்னமும் துணைஎனத் திரியும்
தாளொடு குயின்ற தகைசால் சிறப்பின்

நீள்நெடு வாயில் நெடுங்கடை கழிந்துஆங்கு
அணிகிளர் அரவின் அறிதுயில் அமர்ந்த
மணிவண்ணன் கோட்டம் வலம்செயாக் கழிந்து...

(சிலம்பு: 5 – 10)

எனவே பிந்தைய இரண்டாம் நூற்றாண்டின் தொடக்கத்திலேயே புகாரில் பள்ளிகொண்ட பெருமாளுக்கென கோயில் இருந்திருக்கிறது. இதனின் தொடர்ச்சியாக அல்லது பிரதிபலிப்பாக அமைக்கப்பட்ட மற்றொரு கோயிலாகத் திருவெஃகாவின் பெருமாள் கோயிலைக் கூறலாம். இதனை அமைத்த இளந்திரையன், கடைச்சங்க காலத்தில் ஆட்சி செய்தவனாவான். அவன் இரண்டாம் கரிகாலனின் சமகாலத்தவனாகவும் அறியப்படுகிறான்.

காஞ்சிபுரம்; கட்டுமான – சிற்ப – ஓவியக் கலைகளுக்கான கலைப்பட்டறையாக விளங்கியிருந்துள்ளது. மாமல்லபுரம் இன்னும் மேலாக நின்று குடைவரை, கட்டுமானக்கோயில்கள், ஒற்றைக்–கற்–கற்றளிகள் பெரும்பாறைப் புடைப்புச்சிற்பங்கள் எனப் பல முனைவுகளுக்கான பெரும் பட்டறையாய் அமைந்திருந்தது. தலைநகரத்திற்குரிய சிறப்பு உருவாக்கங்களைக் காஞ்சிபுரம் செம்மையாய்ப் பெற்றிருந்துள்ளது. மகேந்திரவர்மனின் கல்வெட்டின் எச்சம் ஏகாம்பரேசுவரர் கோயிலில் காணக் கிடைக்கப்பட்டதிலிருந்து, வெகுமுன்பே கட்டுமானப் புதுமைகளைக் காஞ்சிபுரம் தன்னகத்தே பெற்றிருந்துள்ளதை உணரமுடிகிறது.

இனி ஆய்வினுள் . . .

தொடக்கத்தில் காஞ்சிபுரத்தின் மிகத்தொன்மையான விஷ்ணு கோயிலாக திருவெஃகாவினைக் குறிப்பிட்டிருந்தோம். அதுபற்றி நாம் இங்கு ஆய்வு செய்யவில்லை என்றாலும், அது ஒரு நீளவிருக்கின்ற சிறப்புக் கோட்டிற்கான முன்னோடியாகவும் தொடக்கப் புள்ளியாகவும் அமைந்திருக்கிறது. சைவ சமயத்தின் அருவக்குறியீடான இலிங்கத்திற்கு ஈடுசெய்யும் வகையில் பள்ளிகொண்ட பெருமாளின் உருவமே வைணவத்தில் கையாளப்பட்டிருந்தது. அவ்வாறு பள்ளிக்கொண்ட பெருமாளின் வடிவம் முழு உருவமாக இருப்பினும் கூட அது வைணவத்தினைப் பொறுத்தவரை குறியீடாகவே பாவிக்கப்பட்டிருந்தது.

பின், இவ் உருவ குறியீட்டிற்கு *(iconic-code)* ஏற்றவாறு, தகுந்த பிற நிலைக்குரிய விளக்க உருவங்களாக *(decoded icons)* இரு தோற்ற அமைதிகள் மேலும் உருபெற்றன. ஆக, முன்வழக்கிலிருந்த கிடந்த கோலத்தினை *(recumbent posture)* முதலாகக்கொண்டு பிற இரு தோற்ற அமைதிகளாக; ‘இருந்த’ *(seated)* மற்றும்

‘நின்ற’ *(stood)* அமைதிகள் அறிமுகம் கண்டன. இம்மரபு பிரதானமாக நிலைபெற்றுவிட்ட ஒன்றாயினும் உலகளந்த கோலத்தினை ‘நடந்த’ *(strode)* என்கிற பண்பில் நான்காவதாக சீருறச் செய்திருந்தனர். எனினும், இன்றளவும் பெரும்பான்மை யுற்றிருப்பது என்னவோ கிடந்த, இருந்த, நின்ற என்கிற முக்கோல மரபேயாகும். இம்முக்கோல மரபினைத் தோற்று வித்தப் பட்டறையாகக் காஞ்சிபுரம் சிறப்புறுகிறது. இம்மூன்று வடிவத்தினை முன்னமேயே தீர்மானித்துக்கொண்டு பின் அறிமுகம் செய்யப்பட்டதாக அம்முக்கோல மரபு அமையவில்லை. ஒவ்வொன்றும், வெவ்வேறு காலகட்டத்தில் இயல்பாய் அறிமுகமாயின. எனினும், அவை ஓர் சீர்மையின் கீழ் அமைய அவ்வப்பொழுது நிலவிய சூழல்களே தளம் அமைத்திருந்தன என்பதாகும்.

முக்கோல மரபிற்கான வரையறை ஒன்றைக் கையில் வைத்துக்கொண்டு; பிற, இருதோற்ற உருவங்களுக்குரிய அவ்விரு கோயில்கள் அமையப்பெற்றன என்றெல்லாம் சொல்லிவிடமுடியாது. எனினும், அவை தற்செயலாக ஒரு கோட்டின் அடுத்தடுத்த புள்ளிகளாக இணைந்தவையாகவே உள்ளன. அவ்வகையில் திருப்பாடகம் மற்றும் திருவூரகம் என்கிற இவ்விரு கோயில்களும் நமது ஆய்வுக்குரிய கோயில்களாக முன்னிறுத்தம் பெறுகின்றன. இவற்றிற்குரிய தொடக்கப்புள்ளியாக திருவெஃகா கோயில் அமைந்துவிடுகிறது. (திருவெஃகா கோவிலின் நிழற்படம் காண்க. நி.படம் எண்: 2, 3, 4)

பல்லவர்காலக் காஞ்சிபுரம், சைவம் மற்றும் வைணவம் என இரு சமயங்களையும் போற்றும் தளமாகச் சிறப்புற்றிருந்துள்ளது. பல்லவ அரசர்கள் சிவ நெறியோராகவும் விஷ்ணு நெறியோராகவும் இருந்துள்ளனர். அவர்களால் எழுப்பப்பெற்ற கோயில்கள் சிவனுக்கும் விஷ்ணுவிற்கும் எனச் சமமாகவே அமைந்துள்ளன. வரலாற்றுச் சிறப்புகளைத் தொலைத்து நிற்கும் அவை, எவராலும் மீளுணரப் பெற்றவைகளாக இல்லை. தற்போது தோஷ நிவர்த்திக்கான பரிகாரத் தலங்களாக அவை மாற்றம் பெற்றுக்கிடக்கின்றன. எந்த ஓர் அரசனும் தாம் எழுப்பிய கோயில்களைப் பரிகார–நிவர்த்தித் தலங்கள் எனக்குறிப்பிட்டுள்ளதாகக் கல்வெட்டுகளில் அறிந்தவரை காணக்கிடைக்கவில்லை. இவ்வகை ஏற்பாடுகள் எல்லாம் அண்மை காலத்தியதாகலாம்.

திருப்பாடகம் கட்டடக்கலை புதிய விளக்கங்கள்

இக்கோயில் நமது ஆய்வின்படி பிந்தைய 8ஆம் நூற்றாண்டின் முற்பகுதியைச் சேர்ந்ததாகும். இதனை எழுப்பியவன்

இராஜசிம்மன் எனும் இரண்டாம் நரசிம்மவர்மன் ஆவான். இருந்த கோல அமைதியுடனான கோயில் இது. தனித்த கோயிலாக அமைக்கப்படுவதற்கு முன் இவ்வமர்ந்தநிலை கோலத்துடனான துணைக்கோயில் ஒன்றை, திருவெஃகா கோயிலில் இதே இராஜசிம்மன் அமைத்திருந்துள்ளான். இதுதவிர, நின்ற நிலைக் கோலத்துடனான மற்றுமொரு துணைக்கோயில் அங்கு அவனால் எழுப்பப்பட்டிருந்துள்ளது. இவ்வாறு இதனைக் கூறுவதற்கு நாலாயிரத் திவ்வியபிரபந்தத்தில் இடம்பெற்றிருக்கும் பேயாழ்வாரின் பாடல் ஒன்று நமக்குத் துணை நின்றது.

இசைந்த அரவமும் பெற்பும் கடலும்
வசைந் தங்கமுது படுப்ப – அசைந்து
கடைந்த வருத்தமோ கச்சி வெஃகாவில்
கிடந்திருந்து நின்றதுவு மங்கு

– மூன்றாம் திருவந்தாதி – 64

அமிழ்தம் கடைந்தெடுக்க கயிறாகச் செயல்பட ஒத்திசைந்த வாசுகி என்ற பாம்பும்; மத்தாகச் செயல்பட இசைந்த மந்தார மலையும்; கடையும் நீர்ச்சட்டியாய்ச் செயல்பட இசைந்த பாற்கடலும் என இத்திருவினை வெற்றியாய் நிகழ, தாம் ஆமை உருகொண்டு அம் மந்தார மலையை கடையும் போது மூழ்காமல் இருக்க, தமது கடினமான முதுகின் ஓட்டினால் தாங்கிப் பிடித்தாராம் விஷ்ணு. இதனால் ஏற்பட்ட களைப்பினால் திருவெஃகாவினில் கிடந்து ஓய்வெடுத்த நிலையில்; துயிலிலிருந்து எழுந்தமர்ந்து – பின் நின்றார் என்ற பொருள்பட பாடல் அமைந்துள்ளது. கிடந்து; பின் இருந்து; பின் நின்றதுவும் அங்கே தான் பிறவெங்கும் இல்லை என்பதாகும். ஆனால் இதனை இன்றைய எழுத்தாளர்கள் தவறாகப் புரிந்துகொண்டுள்ளனர்.

திருப்பாடகத்தில் அமைக்கப்பட்டிருந்த ஓர் அழகிய சாலை விமானக் கோயில், இருந்த (seated) கோலத்திற்காக, ராஜசிம்மனால் எழுப்பப்பட்டதாகும். இச்சாலை விமானம், கிடந்த மற்றும் இருந்த கோலப் படிமங்களுக்குரிய மிகச்சரியான கட்டுமானமாக பொருத்தமுறுகிறது. இதனின் முன்னோடியாக மாமல்லபுரத்தின் கணேச–ரதம் என்று தவறாக வழங்கப்பட்டுவரும் ஒற்றைக்–கற்–கற்றளியைக் குறிப்பிடலாம். (பார்க்க: நிழற்படம் – எண்: 24, 25) இது சாலைவிமான அமைவுக் கோயிலாயினும் அக்கோயிலின் கல்வெட்டின் மூலம் ‘அத்யந்தகாம பல்லவேஸ்வரம்’ என்ற இயற்பெயரைக் கொண்டது என அறியலாம். ஏனெனில், சாலை விமானக் கோயில்கள் பொதுவாக விஷ்ணு மற்றும் அம்மனுக்காக அமைக்கப்படுவது மரபு. எனினும், இது பின்வழக்கமாகவே தெரிகிறது.

இந்நிலையில் கணேச-ரதத்தில் செதுக்கப்பட்டிருக்கும் கல்வெட்டின் 11ஆவது சுலோகம், அக்கோயிலின் இயற்பெயரைத் தெரிவிக்கிறது.[1] மேலும் அதன் 5ஆம் சுலோகம் சாம்புவிற்காக (சிவன்) அத்யந்தகாமனால் செய்யப்பட்ட கோயிலாகத் தெளிவாகக் குறிப்பிடுகிறது. எனினும் இக்கோயிலில் மூலவர், இலிங்கமாக இருக்க வாய்ப்பில்லை.[2] ஒருவேளை சோமஸ்கந்தர் என்கிற பல்லவர் காலச் சிறப்புப்படிமம் புடைப்புச்சிற்பமாக அமைக்கப்படாமல் முழுச்சிற்பமாக நிறுவப்பட்டிருத்தல் வேண்டும். இதனை மெய்யுறுத்தும் வகையில் அங்கு கருவறைச் சுவரில் புடைப்புச்சிற்பம் செதுக்கப்படவில்லை. எனின், ஒற்றைச்சிற்பமானது அமர்ந்த கோலத்திலோ அல்லது அச்சிற்பம் இன்னும் சிலருடன் குழுவாக இணைந்திருக்கும் நிலையில் அதற்குரிய கட்டுமானமாகச் சாலை விமானத்தினை வரையறை செய்திருப்பர் போலும்.

காஞ்சிபுரத்தின் கைலாசநாதர் கோயிலின் முதன்மைக் கோயிலானது ஏழு துணைக்கோயில்களைப் பெற்றுள்ளது. அவை, மூல விமானத்தின் ஒவ்வோர் மூலையிலும் மற்றும் மையத்திலும் இடம்பெற்றுள்ளன. மூலைகளில் அமைந்தவை, கூட விமான அமைவையும், மையமாக அமைந்தவை சாலை விமான அமைவும் கொண்டுள்ளன. (பார்க்க: நிழற்படம் – எண்: 27, 28) மையமாக அமைந்த கோயில்களில் சோமஸ்கந்தர் உருவம் இடம்பெற்றுள்ளது. இவை புடைப்புச்சிற்பமாகும். அவ்வாறு சாலை அமைவுடனான விமானக்கோயிலில் மீண்டும் அமர்ந்த நிலைச் சிற்பம் இடம்பெறச்செய்திருப்பது மேற்குறிப்பிட்டுள்ள மாமல்லபுரத்தின் சிவன்கோயிலில் (கணேச-ரதம்) அமைக்கப்பட்டிருந்த சோமஸ்கந்தர் சிற்பத்தின் தொடர்மரபாகவே இருத்தல்வேண்டும். எனினும், இவற்றின் முகப்பு, பக்கவாட்டில் கிழக்குநோக்கியவாறு அமைந்திருப்பது குறிப்பிடத்தக்கது. ஏனெனில், வட தென் திசைகளில் நுழைவுகள் அமைவது தவிர்க்கப்பட்டிருக்கலாம். கிழக்கு மேற்கு மட்டுமே உரிய திசைகளாகக் கையாளப்பட்டிருந்துள்ளன. (பார்க்க: நிழற்படம் – எண்: 29)

அவ்வகையில், திருப்பாடகம் கோயிலை முதன்முதலில் எழுப்பியவனாக ராஜசிம்மன் அறியப்படுகிறான். எனின், அக்கோயிலை அவன் பிந்தைய 705 – 710ஆம் ஆண்டுகளின் இடையில் அமைத்திருக்க வேண்டும். இது எனது முந்தைய ஆய்வினால் பெறப்பட்ட முடிவு ஆகும்.[3] இதனால் ஆழ்வார்களில் முன்னவரான பொய்கை ஆழ்வாருக்கு இக்கோயிலை வணங்கவும் பாடவும் வாய்ப்பில்லாமல் போனது. இதனைக் காலக்கிரம அட்டவணை ஒன்றின் மூலம் உணரமுடியும்.[4]

பாடப்பட்ட கோயில்கள்	கோயில் எழுப்பியோர்	காலம்	மூத்த ஆழ்வார்கள் பாடியவை	பாடல் எண்	ஆழ்வாரின் காலம்
திருவெஃகா / நீணகர்*	தொண்டைமான் இளந்திரையன்	2CE (பி.நு.ஆ)**			
	புனரமைப்பு முதலாம் நரசிம்ம வர்மன்	630 - 668 CE	பொய்கையாழ்வார்	215 8	632 -700 CE
	கற்றளியாக புதுப்பித்தல் ராஜசிம்மன் (நின்ற கோலத் துடனான பெருமாளுக்குத் துணைக் கோயில் அமைந்தமை	700- 728 CE	பேயாழ்வார்	230 7, 2315	657 - 727 CE
			திருமழிசையாழ்வார்	815	750 - 820 CE
திருப்பாடகம்	ராஜசிம்மன்	700 -728 CE	பூதத்தாழ்வார்	2275	645 - 718 CE
			பேயாழ்வார்	2311	657 - 727 CE
			திருமழிசையாழ்வார்	815	750 - 820 CE
			திருமங்கையாழ்வார்	1541	770 - 845 CE
திருவூரகம்	இரண்டாம் நந்திவர்மன்** நின்ற கோலத்துடனான திருவூரகம்	(732-796 CE)	திருமழிசையாழ்வார்	814, 815	750 - 820CE
			திருமங்கையாழ்வார்	2064, 2673, 2674	770 - 845 CE
	மூன்றாம் நந்திவர்மன் நடந்த கோலத்துடனான திருவூரகம்	846 - 69 CE			

*பேயாழ்வார் தமது 2315 ஆம் பாடலில் திருவெஃகாவினை நீணகர் எனக்குறிப்பிடுகிறார். **பி.நு.ஆ – பிந்தைய நூற்றாண்டு *(CE)*

வழங்கப்பட்டுள்ள இவ் அட்டவணையின் மூலம் பொய்கை யாழ்வார் இக்கோயில் கட்டப்படுவதற்கு முன் இறந்துவிட்டார் என அறியவியலுகிறது. மேலும், வைணவ– மூவர் முதலிகளான பொய்கை, பூதம் மற்றும் பேய் ஆகிய இம்மூவரும் முன்பு திருக்கோவலூர் கோயிலில் ஒன்றாக வழிபட்டனர் என்றவோர் செய்தியும் அறியக்கிடக்கிறது.[5] அப்போது பொய்கை ஆழ்வாருக்கு 65 வயதாகவும், பூதத்தாழ்வாருக்கு 52 வயதாகவும்; பேயாழ்வாருக்கு 40 வயது என மதிப்பிட்டுக் கொள்வோமேயானால் ஓர் ஒழுங்கின் கீழான காலத்தை அறிந்திட முடியும். அவ்வகையில், இந்நிகழ்விற்குப் பின் 8 அல்லது 10 ஆண்டுகள் கழித்து இக்கோயில் கட்டப்பட்டிருந்த நிலையில் பொய்கை இதனிடையில் இறந்து விட்டிருக்கவேண்டும். எனினும், பூதத்திற்கு 60லிருந்து 62 வயதாக இருக்கிற நிலையில், அப் பாடகத்தின் கோயிலுக்கு வந்து வணங்கிய வராய்த் தம் பாடலில் குறிப்பிட்டிருத்தல்வேண்டும். அப்போது மூன்றாமவரான பேய்க்கு 48 லிருந்து 50 வயதாக இருத்தல் வேண்டும். எனவே இவரும் இக்கோயிலுக்கு வந்து வணங்கிப் பாடியுள்ளார். இதனால், இக்கோயிலைப்பாடிய ஆழ்வார்களுள் மூத்தவர்களாக பூதமும், பேயும் முன்னிலை பெறுகின்றனர். எனினும், இவ்விருவரில் முதலில் பாடியவராக பூதம் அறியப்படுகிற நிலையில் அங்கு அக்கோயிலில் பெறப்பட்ட அவரின் புதிய அனுபவம் அப்பாடலில் புலப்படுகிறது. பாடல் பின்வருமாறு:

> உற்று வணங்கித் தொழுமின், உலகேழும்
> முற்றும் விழுங்கும் முகில்வண்ணன், பற்றிப்
> பொருந்தாதான் மார்பிடந்து, பூம்பா டகத்துள்
> இருந்தானை ஏத்துமென் நெஞ்சு.

மிக நுண்மையாக இதனை உணர்ந்தால் மட்டுமே அவரின் அப்புதிய அனுபவத்தினை உணரமுடியும். ஆக, அப்பாடலின் முதல் அடியின் முதலாம் வார்த்தையானது ‘உற்று’ எனத் தொடங்குகிறது. இவ் வினைஉரிச்சொல்லானது ‘வணங்கித் தொழுமின்’ எனும் வினைச்சொல்லின் செயலின் சிறப்பைத் தெரிவிக்கிறது. எவ்வாறெனின், முதலில் வணங்குவதற்கு முன் உற்றிடுங்கள் என்றும், பின், வணங்கித்தொழுவீர் என அறிவுறுத்துவதாகவும் அமைந்துள்ளது. ஏனெனில், கருவறையில் வழக்கமாய் முகத்திற்கு நேராகவே தெரியும் இறைவனின் வழக்கமான மூலவர் சிற்பத்தினையே கண்டு வணங்குகிற இயல்பினை அவர் அங்கு உணரவில்லை போலும். மாறாக, இறைவனின் முகம் காண அண்ணாந்து பார்க்கவேண்டிய நிலையைத் தாம் மிகப் புதிய அனுபவமாக இக்கோயிலில் பெற்ற நிலையில் அவ்வாறே, உற்று; பின் வணங்கப் பரிந்துரைப்பதனை அறியலாம். ஏனெனில், வழக்கத்திற்கு மாறாக அக்கோயிலின்

கருவறையில் 9 அல்லது 10 அடி உயர மூலவர் சிற்பம் அமைக்கப் பட்டிருந்ததால் அவ்வாறு அவர் பாடியிருப்பது குறிப்பிடத்தக்கது. அவருக்கு அச்சிற்பம் இறைவனின் விண்ணெடியத்தோற்றம் (விஸ்வரூபம்) என்பது தெரிந்த ஒன்று. அவ்வாறு சிறப்பு உற்றுதலை மேற்கொள்ளச்சொன்னது குறிப்பிட்ட அக்கோயிலில் மட்டும் தான். மிகத்தெளிவாக பாடகத்தில் உள்ளே அமர்ந்து இருக்கும் இறைவனை உற்று வணங்கித் தொழச்சொல்கிறார். பிற எந்தக் கோயிலுக்கும் அவர் அவ்வாறு சிறப்பு அறிமுகம் செய்யவில்லை. இதனால், வழக்கத்திற்கு மாறாக அமைக்கப்பட்டிருக்கும் ஒரு கருவறை மற்றும் அதன் மூலவர் சிற்பத்தின் நெடியமும் அப்பாடலின் மூலம் உணர்த்தப்பட்டுள்ளது எனப் புரிந்து கொள்ளலாம்.

ஆக, ராஜசிம்மன் தாம் பாடகத்தில் எழுப்பிய கோயிலில் தமது கட்டுமானத்திட்ட வரைவமைவின்படி உண்மையிலேயே அவ்வாறு விஸ்வரூபச் சிற்பத்தினை மூலவர் சிற்பமாக அமைத்து வைத்திருந்தான் என்பதாகும். அன்றைய காலகட்ட உளவியலின்படி விஸ்வரூபத்தினை உணர்ந்துகொள்ள, வழக்கமான சிலைகளின் சராசரி உயரத்தினை மற்றுமொரு மடங்கு கூட்டியமைத்தாலே போதும் என முடிவெடுத்திருக்கலாம். அவ்வகையில், உள்வைக்கப்படும் சிற்பங்களைப் பொறுத்தவரை விஸ்வரூபத்தினைத் தோற்றமளித்திடச் செய்ய, ஒன்பதோ அல்லது பத்து அடியோ, போதுமான உயர அளவாக இருத்தல்வேண்டும். இதே ராஜசிம்மனால் எழுப்பப்பட்ட கைலாசநாதர் கோயில் இக்கோயிலுக்குப்பின் எழுப்பப்பட்டதாகும். இதனால்தான் நெடுஞ்சிற்பங்கள் அதன் அங்கத்துணைக்கோயில்களில் மரபுற்றன. என்றால், இந்நெடுஞ்சிற்ப மரபின் தொடக்கம் பாடகத்தின் விஸ்வரூபச்சிற்பமாக அமையும்.

மட்டுமின்றி, பாடகத்தின் கோயிலுக்கென வழங்கப்பட்டுவரும் தலவரலாறு எப்போது இயற்றப்பட்டது என்பது தெரியவில்லை. தலவரலாறு எழுதிவைப்பது என்பது தமிழகத்தில் மட்டுமே வழக்காக இருந்துள்ளமை குறிப்பிடத்தக்கது. இவ்வழக்கம் பெரும்பாலும் வட இந்தியாவில் இல்லை. எனினும், இக்கோயிலின் தலவரலாறு இக்கோயில் அமைக்கப்படுவதற்கு அடிப்படைக் காரணமாய் அமைந்திருக்குமா என்பது கேள்விக்குறியாகவே உள்ளது. இதனால், அதன் தலவரலாறு பிற்காலத்தில் இயற்றப்பட்டதாக இருக்க வாய்ப்புண்டு. நெருடுகிற ஒரு கதையை அதுவும் வட இந்திய மன்னனுக்குக் கிருஷ்ணர் ஏன் தமிழகத்தில் காட்சி தந்திருக்கவேண்டும் என்ற பொருந்தாப் பின்னணி முன்னிற்க; அதன் தோற்றத்திற்குரிய உண்மைப்பின்னணியை ஆராய முயன்றோம்.

இங்கு நாம் எவ்வொரு வழக்கத்தினையும் தொடர்ந்து பின்னோக்கி அதன் தொடக்கப் புள்ளியை அடைவோமாயின் அவற்றின் சீரிய படிநிலை–வளர்ச்சி மாற்றங்களை அறிந்து கொள்ள இயலும். அப்படித்தான் ஒவ்வொன்றும் ஓர் ஒழுங்கிற்குள் நிலை பெற்றவையாய் உள்ளன.

தலவரலாற்றினைத் தாண்டி . . .

சிலகோயில்களின் தலவரலாறு உண்மையான சில வரலாற்றுத் தகவல்களை உள்ளடக்கியிருக்கும். எனினும், சிலகோயில்களின் தலவரலாறுகள் புனைவாகவே காணப்படுகின்றன. என்னிடம் கூட ஒரு நண்பர், பாழடைந்த கோயில் ஒன்றைத் தாம் புதுப்பிப்பதாகவும் அதற்கு ஒரு தலவரலாற்றினை எழுதித் தருமாறும் கேட்டார். மறுத்துவிட்டேன். மேலும், தலவரலாற்றின் தரம் என்பது, குறை விகிதங்களில் அல்லது சற்றுக் கூடுதலாகத் திரிபடைந்தவைகளாகவே உள்ளன. சில கோயில்களின் தலவரலாறு திருத்தியமைக்கப்பட்டு நம்பகத் தன்மையுடனான செய்திகளுடன் காணக்கிடைகின்றன. இது வரவேற்கத்தக்கது.

ராஜசிம்மனின் அரசவையில் சமஸ்கிருதப் புலமை பெற்றோர் புலவர்களாக இருந்துள்ளனர். இதன் விளைவாய் அன்று வடபுலத் தொன்மங்கள் வெகுவாகப் பேசப்பட்டிருந்திருக்கும். அவ்வகையில், மகாபாரத கிருஷ்ணனை உள்வாங்கிய ராஜசிம்மன் அவரின் முனைவுகளைத் திறனாய்வு செய்திருக்கக்கூடும். பின்பற்றிப் பிரதியுறும் அளவில் முன் மாதிரிதான் *(role model)* கிருஷ்ணன். அதனால் தான் அவரின் விஸ்வரூபம் ராஜசிம்மனுக்கு ஈர்ப்பினை ஏற்படுத்தியிருக்கக்கூடும்.

தொடக்கத்தில் நிலையான சமயப்பற்றாளராகப் பல்லவர் காணப்படாதிருப்பினும், முதலாம் மகேந்திரன் வெகுவாகத் தொடங்கிய இந்து சமயத்தின் பற்றுதலால், பின் தொடர்ந்த அவர் மரபினர் திண்ணிய பற்றுக்கொண்டு சித்தம் தெளிந்தோராய் நிலைபெற்றவராக இருந்துள்ளனர். இதனால் சிவனும் விஷ்ணுவும் அவர்தம் குல தெய்வங்களாகவேப் போற்றப்பட்டுள்ள நிலையை உணரமுடிகிறது.

மேலும், விசித்திர மைந்தன், கட்டுணான், சேத்தகாரி, சித்திரகாரப்புலி போன்ற விருதுப் பெயர்களைத் தாங்கி யிருந்தவர்களாகப் பல்லவர்கள் அறியப்படுகின்றனர். அவ்வாறு படைப்பு எண்ணமும்; புதுமை விருப்பும்; கலை நோக்கும் கொண்டு செயல் முனைவர்களாய்க் காணப்படுகிற நிலையில் எதையும் பகுப்பாய்ந்து, பின் வடிவம் பெறச்செய்திருப்பர் என்பதனை மறுப்பதற்கில்லை. ஆக, பாடகம் கோயிலுக்குரிய

தலவரலாற்றில் வழங்கப்படுகிற கிருஷ்ணரின் விஸ்வரூபச்செய்தி, அக்கோயிலெழுப்ப ஓர் காரணப்பொறியாய் அமைந்த ஒன்றே. இதில் எள்ளளவும் சந்தேகம் இல்லை. எனினும் பல்லவர்களின் கலைஞானமும், தனித்துவ நன்மாற்றுக் கோணமும் அவர்களின் படைப்புகளால் உணரப்படுபவை. இதனால், அக்காரணத்தினை எவ்வாறு தமக்குரியதாய்த் தகவமைத்து, புதிய விளக்கப்பொருளாக முன்வைத்தனர் என்பதே நாம் இவ் ஆய்வில் மீட்டுத்தரும் உண்மைகளாகும். இதுதவிர 'எவ்வகைச் செய்தியையும் உவமம் காட்டுகிற' தமிழ்க்கலைஞர்களின் கலைத்திறம் பல்லவர் காலத்தில் உலகத் தரத்தினை மிஞ்சியதாய் உச்ச நிலையுற்றிருந்தது உணரத்தக்கது.

மேலும், அரசர்கள் பொதுவாக இறைவனின் செயல்–முனைவர்களே என்கிற கோட்பாடு உடையவர்களாக, அவ்வாறே, செயலுற்றுத் தம் நாட்டையும் மக்களையும் பேணிக்காத்திருந்தனர். இதன் அடிப்படையில்தான் காப்பு மற்றும் கொடை எனும் அபய, வரத முத்திரைகள் கடவுட் படிமங்களுக்கும் வழங்கப்பட்டிருத்தல் வேண்டும். அபய, வரத முத்திரைகள் உணர்த்தும் பொருள் எவையெனில், முறையே; உயிர்ப்பேணல் மற்றும் வாழ்வாதார–வழங்கல் என்பதாகும். இதனை முழுவதுமாக வழங்குபவன் அரசனேயாவான். பல்லவர்கள் இதனை முற்றிலும் மிகத்தெளிவாக உணர்ந்தோராய்க் காணப்படுகின்றனர். எனினும் குறிப்பிட்ட சில சிறப்பு இறையுருவங்களுக்கு அவற்றின் குணவியல்பின்படி கூடுதலான கரங்களுடன் வழக்கம்பெற்றிருந்த அச்சமகால மரபினிடையே; மீண்டும் இருகர அமைதியுடன் அமைத்து வைத்திருப்பது படிமவியல் மரபை மீறிய ஒன்றாகும். ஏனெனில், சிற்பங்கள் விஸ்வரூபம் காட்டினாலும் அவற்றின் கரங்கள் நோக்கத்துடனேயே இருகரங்களுடன் அமைக்கப்பட்டுள்ளன என்பதாகும். இது மரபு மீறல் ஆகாது. தொடக்கத்தில் இந்து சமயத்திற்குரிய படிமங்கள் அனைத்தும் அவ்வாறே இரு கரங்களுடன் அமைக்கப்பட்டவையாக உள்ளன. இதனால் நமது ஆய்வுப்பொருண்மைக்குரிய விஸ்வரூபச் சிற்பங்கள் பழம் மரபின்படியான இரு கரங்களுடன் அமைக்கப்பட்டிருந்தன என்பதாகும். எனினும், ஏன் திடீரென 500 வருடங்களுக்கு முன் பின்பற்றப்பட்ட ஒரு மரபை நவீனகாலத்தில் அமைக்கப்படும் சிற்பங்களில் கடைப்பிடித்தார்கள் என்ற நியாயமான கேள்வி எழுகிறது. என்றால், அது அழகியற் சிறப்பம்சத்துடன் அவ்வாறு அமைக்கப்பட்டதாகும். இதனை இன்னும் சற்று விளக்கமாகக் காண்போம்.

விஸ்வரூபம் என்பது அனைத்தும் உள்ளடங்கி நெடிதுயர்ந்த விண்ணெடியமாகும். மேலும் அது, வழமையான இயல்பின் தோற்றத்திலிருந்து விளிம்புகளற்ற முழுத்துவத்திற்கான

உருபெருக்கிய உருவப் புலப்பாடாகும். இப்புலப்பாட்டியலில் நம் முன்னோர் வெற்றிபெற்றனரா அல்லது அத்தகைய உருபெருக்கத்தோற்றம் அன்று பொதுமக்களால் விஸ்வரூபமாகப் பாவிக்கப்பட்டதா என்றால், நிச்சயமாக ஆம் என்றே கூற இயலும். அவை விஸ்வரூபச் சிற்பங்களாகவே ஏற்றுக்கொள்கிற அளவில் அவற்றின் புலப்பாடு வெற்றியடைந்த ஒன்றாகவே இன்றளவிலும் காணக்கிடக்கிறது.

அவ்வாறான விஸ்வரூபச் சிற்பங்களின் அறிமுகம் என்பது புதிய அரசர் வழிபாடு உருவாகக் காரணமாக அமைந்தது எனலாம். இவ்வழிபாட்டு முறையின் மரபு, பிற்காலத்தில் பெரிது போற்றப் பட்டுப் பிரம்மாண்ட கட்டுமானங்களுடன் வெற்றிபெற்றிருந்ததை, கம்போடிய நாட்டின் க்மெர் *(Khmer)* அரச வம்சத்தின் சமயக்கட்டு மானங்கள் சான்றுரைக்கின்றன. அவ்வகையில் இவ்விளக்கங் களின் உதவியுடன், அன்றைய இயல்பினூடே உரம்பெற்றிருந்த பல்லவவேந்தனின் உளவியலை இனி அறியவியலும்.

ராஜசிம்மன் தம் ஆட்சிக்காலத்தில் தம் பரம்பரை எதிரியான சாளுக்கியரின் கொட்டத்தினை அடக்கி அம் மன்னனைச் சிறையிலும் அடைத்து வைத்திருந்துள்ளான். இது குறிப்பிடத்தக்கது. பல்லவர்களுக்கு இணையாக அப்போது சாளுக்கியர் மட்டுமே வலிமையுற்றிருந்துள்ளனர். எனினும், பாண்டியர் ராஜசிம்மனை எதிர்க்காது நட்புற்றிருந்துள்ளனர். இதனால் ராஜசிம்மனின் ஒரே எதிரியாகச் சாளுக்கியன் மட்டுமே இருந்துள்ளான். அவனை அடக்கினால் இவன் தான் ஒப்பற்ற பேரரசனாக நிலைபெறுவான். இதனால் தான் இவன் வைத்த பொறியில் சாளுக்கிய அரசனான விஜயாதித்தன் (696 – 733/34) சிக்கிச் சிறைபட்டான். வரலாறே கொண்டாடிய வெற்றியாக அப்போது அது இருந்திருக்கலாம். அவ்வாறு சாளுக்கியன் நாடிழந்தான் என்பதற்கான சான்றாக விஜயாதித்தனின் 708 – லிருந்து 718 வரையிலான ஆட்சியாண்டுகளுக்குரிய கல்வெட்டுகள் கிடைக்கப்பெறவில்லை. விஜயாதித்தன், பல்லவ வேந்தன் ராஜசிம்மனுக்குச் சமகாலத்தவன் என அவ்விருவரின் ஆட்சி ஆண்டுகள் உறுதியிடுகின்றன. எனின், ராஜசிம்மனால் சிறைபிடிக்கப்பட்டவன் இவனே என்பது உறுதியாகிறது[6]

பெரும் வலிமையுடன் கொடும் எதிரியாக இருந்த சாளுக்கியன் இப்போது இவனின் சிறையில்! சுற்றி, உற்று உற்றுப்பார்த்தாலும் எவனையும் காணோம் எதிரியாக! இதனால் வலிமையான, நிலையான, திடமான பேரரசாக தம் நாடு நிலையுற்றிருப்பதனையும் தாம் பெரும் பேரரசனாக வீற்றிருப்பதனையும் அவன் உணர்ந்திருந்தான். அம்மாபெரும்

சிறப்பினைக் கொண்டாட நினைவுச்சின்னமாய் எழுப்ப விரும்பிய பெருமிதமே முப்பரிமாண வடிவம் பெற்றிருந்தது.

ஆம், ராஜசிம்மன் பெரும்பேரரசனே ஆவான். அச்சமகாலத்தில் அவனைப்போன்ற பெரும் தகுதியும் திறமும் கொண்ட வேந்தர் எவரும் தெற்காசியப் பரப்பினில் இல்லை என்றே சொல்லுமளவில், அன்றைய இயல்பின் வரலாறு தெளிவுறுத்துகிறது. பாரசீகமும் *(Persia)* காம்புஜமும் *(Cambodia)* ராஜசிம்மனுக்குக் கீழ்ப்படிந்திருந்தன. முன்பு அவ்வாறான நிலையைச் சாளுக்கிய வேந்தனான இரண்டாம் புலிகேசி எய்தியிருந்தான். புலிகேசி பெரும்வீரன். வட இந்தியப் பேரரசனான ஹர்ஷவர்தனனையே தோற்கடித்தவன். மேலும், முதலாம் மகேந்திரவர்ம பல்லவனை இடையூறு செய்து, பல்லவ நாட்டினில் அடங்கியிருந்த சில ஆந்திரப்பகுதிகளைக் கைப்பற்றிக் கொண்டவன். அவ்வாறு, எவரும் அசைக்க முடியாமல் பெரும் வீரனாய் உரமுற்று இருந்தவனை வெட்டிவீழ்த்தி, அவனின் நாட்டையும் தம் நாட்டின் கீழ் இணைத்தவனாய் முதலாம் நரசிம்மவர்ம பல்லவன் *(630 - 668 CE)* அரிது நிற்கிறான். பல்லவப் பேரரசர்களில் பெரிதும் போற்றப்படுகிற இவன், முதலாம் மகேந்திரவர்மனின் புதல்வன் ஆவான்.

பாரசீகம், காம்புஜம் தவிர தூரக்கிழக்கு நாடுகளான ஜாவா மற்றும் சம்பா ஆகிய நாடுகளும் ராஜசிம்மனின் தலைமை யேற்றிருந்தன.[7] இத்தகு மாண்புற்றிருந்த ராஜசிம்மன்; எனவேதான், கிடந்த கோலத்திற்கு அடுத்ததாக; அமர்ந்த கோலத்திற்காக ஒரு தனித்த கோயிலினை எழுப்ப உளம் விரும்பினான். அதுவும், வழக்கத்திற்கு மாறாக ஒன்பது அல்லது பத்து அடி உயரத்துடனான நெடுஞ்சிற்பத்துடன்.

ராஜசிம்மன் சிறந்த சிவபக்தன் என்றாலும் அவன் திருமாலையும் விரும்பி வணங்கியுள்ளான். மட்டுமின்றி, காத்தல் கடவுளான விஷ்ணுவே இக்குறியீட்டு உருவகத்திற்குச் சரியாகப் பொருந்துகிற ஒன்று. மிகச்சரியான தெரிவு அது. ராஜசிம்மன் தம் நாட்டினையும் தம் மக்களையும் காக்கும் பாதுகாவலனாகப் பெரும்பேரரசன் என்கிற ஈடு இணையற்ற திறத்துடன் ஆட்சி செய்து வீற்றிருந்தவன். இத்தகைய அரும் வலிமையுடனான திறத்துடன் அவன் ஆட்சி செய்தது வரலாற்றுச் சிறப்புமிக்க ஒன்று. இதனை அவன் நன்றாகவே உணர்ந்திருந்தான். அதனால் தான் அதனைக் கொண்டாட அவனுக்கு ஒரு நினைவுச்சின்னம் விருப்பமாக இருந்துள்ளது. எனவேதான் அவ்விருப்பத்திற்கு இணங்க, சிலேடையின் தன்மையில் இருபொருள்படுமாறு முப்பரிமாண–உரு–மொழி ஒன்றை வரலாற்றுக் குறிப்பாக அமைத்து வைத்தான்.

இன்று இரு கரங்களுடனேயே காணப்படும் அவ் விஸ்வரூபச்சிற்பம் முன்பு ராஜசிம்மனால் இருகரத்துடன் அமைக்கப்பட்டிருந்த சிற்பத்தினைப் பிரதிபலிப்பதாகவே அமைந்ததாகும். இவ்வியல்பில் இவ்வாறான ஒரு பின்புலத்தினை இக்கோயில் பெற்றிருந்துள்ளது என்பது, எவரும் நினைத்துப் பார்த்திராத ஒன்றுதான்.

இனி இக்கோயில் தற்போது காணப்படுகிற இயல்புடன், எப்போது மாற்றம் பெற்றுக்கொண்டது என்பது நமது அடுத்த தேடலாக முன்னிற்கிறது. ஏனெனில் தற்போதைய அதன் சிற்பம், கட்டுமானம் என அனைத்தும் முன்பிருந்த அக்கோயிலினை அதே பாணியில் திருத்தியமைத்து ஆனால் அளவீடுகள் கூடுதலாக்கப்பட்டு மாற்றம் பெற்றவையாக உள்ளது. அவ்வகையில் அவ்வாறான மாற்றம் எவரால்? ஏன்? எப்போது? எதற்காகச் செய்யப்பட்டது? என்கிற வினாக்களுக்குரிய விடைகளைச் சொற்பமாய் எங்கெங்கோ தொடர்பற்றுக் கிடக்கும் தரவுகளினிடையே பகுப்பாய்ந்து விடைபெற முயற்சித்துள்ளோம்.

இவற்றினைத்தான்
வரலாறாகப் படித்துக்கொண்டிருக்கிறோம் . . .

தமிழகக் கட்டடக்கலை வரலாற்றில் காணக்கூடிய சான்றுகளுடனான படைப்புகள் என்பவை பிந்தைய ஆறாம் நூற்றாண்டிலிருந்து கிடைப்பவையாய் உள்ளன. எனின், அவ்வகையில் 1400 ஆண்டுகால நீட்சியின் இடையே படைப்புகொண்ட அனைத்தையும் வரலாற்று ஆசிரியர்கள் எழுதிவிட்டார்களா என்றால் இல்லையென்றே சொல்ல வேண்டியுள்ளது. தொடக்கத்தில் மேலை நாட்டினர் முயற்சித் தார்கள். பிறகு உள்நாட்டினர் எழுதினர். மேலை நாட்டு வரலாற்று அறிஞர்களில் பெரும்பான்மையினர் வரலாற்றுப் புலத்திலிருந்து வந்தவர்களாக இல்லை. எனினும், அவர்களின் பாடு சிறப்புக்குரியது. உள்ளூர்க்காரர்களில் பெரும்பான்மையோர் வரலாறு படித்துவிட்டு வந்தவர்கள். இதனால் ஒரு குறிப்பிட்ட வரையறைகளுக்குள்ளேயே செயல்படுகிறவர்களாக இவ் விரண்டாம் வகையினரின் முனைவுகள் நின்றுவிடுகிற நிலையில், ஒருவகையில் அது, கட்டுத்தறியை வட்டமடித்த நிலையை உணர்த்துவதாய் அமைகிறது. இந்நிலையில் இவ்விரு திறத்தோரால் கண்டுணர்ந்து எழுதப்பட்டவைகளாகவும்; விடுபட்டவைகளை தோராயமாக இட்டுக்கட்டி ஒருவாறாய்ச் சமாளித்துத் தொகுத்து வைக்கப்பட்டவைகளாகவும் தன்மை பெற்றுள்ள நிலையில், அவற்றினைத்தான் நாம் இன்று வரலாறு எனப் படித்துக் கொண்டிருக்கின்றோம். இவற்றில் உண்மைகள் எவ்வளவு

உண்டோ அவ்வாறே சில மாறுபாடுகளும் காணக்கிடக் கின்றன.

திருவூரகம்

இது நின்ற கோலத்திற்கான சிறப்புக்கோயிலாகும். இக்கோயிலைப் பாடியவர்களாகத் திருமழிசை மற்றும் திருமங்கை ஆழ்வார் ஆகியோர் அறியப்படுகின்றனர். முதல் மூன்று ஆழ்வார் களான பொய்கை, பூதம் மற்றும் பேய் ஆகியோரால் இக்கோயில் பாடப்படவில்லை. இக்கோயிலை முதலில் பாடியவர் திருமழிசை ஆவார். அடுத்துப் பாடியவராகத் திருமங்கை அறியப்படுகிறார். திருமழிசையின் பாடல் பாடப்பட்டுள்ள விதத்தினை (திருச்சந்தம் பாடல் எண்: 815) உற்று உணர்வோமாயின் அக்கால சூழலின் இயல்பினைப் புரிந்துகொள்ள இயலும். பாடலின் ஒவ்வொரு வார்த்தையும் அச்சமகாலத்தின் இருப்பின் இயல்பினை உணர்த்துவதாய் அமைந்துள்ளன. இதனால் நமது பிறிதொரு கோணத்தின்படி; கிடந்த கோலத்தினுடனான பெருமாளைக் கொண்டிருக்கும் மிகப்பழமையான கோயிலான திருவெஃகாவினில் இடைக் காலத்தில் பல்லவர்களால் சிறுகோயில்கள் இரண்டு கட்டப்பட்டி ருந்தன. இவை மூலக்கோயிலின் தொடர்ச்சியைப் பிரதிபலிப்ப தாகக் கிடந்த கோலத்திற்கு அடுத்தநிலையில்; அமர்ந்த, நின்ற என்ற ஒழுங்கமைவில் அமையப்பெற்றிருத்தல் வேண்டும். அவ்வகையில் இப்பாடல், அக்குறிப்பிட்ட காலத்தில் குறிப்பிட்ட ஒரு கோயிலில் நிகழ்வுற்ற பரிமாற்றச் சிறப்புகளைத் தரவுகளாய்த் தக்க வைத்திருப்பது உற்று நோக்குதற்குரியது. அதாவது முன்பு, கிடந்தநிலை கோலத்துடனான, அதுமட்டுமின்றி, ஒரே ஒரு பெருமாள் கோயிலாக மட்டுமே திருவெஃகாவின் கோயில் இருந்துள்ள நிலையில் மற்றுமிரு துணைக்கோயில்கள் கூடுதலாக அங்கு நிறுவப்பட்டிருந்தன. அவை முறையே முன் குறிப்பிட்டுள்ளபடி கிடந்த கோலத்திற்கு அடுத்த நிலையிலான இருந்த மற்றும் நின்ற கோலத்திற்கு உரியவையாகும். இதனால் தனித்த ஒற்றைக் கோயிலாக இருந்த அக்கோயில், வளாகமாகப் புதிய மாற்றம் பெற்றிருந்துள்ளது.

வளாக அமைவுடனான கோயில் என்பது பல்லவருக்குப் புதிய ஒன்றல்ல. அது மாமல்லபுரத்தின் கடற்கரைக் கோயிலிலேயே முயற்சிக்கப்பட்டுள்ளதை உணரலாம். முயற்சித்தவனும் இதே ராஜசிம்மன் தான். எனவே, பேயாழ்வார், "இசைந்த அரவமும் பெற்பும்" எனத்தொடங்கும் தம் பாடலில் குறிப்பிட்டுள்ள மற்ற இரு தோற்றத்திற்குரிய கோயில்கள் அதே கோயிலில் புதியதாக அமைக்கப்பட்டவை என்பது குறிப்பிடத்தக்கது. எனவே அவரின் சமகால நிகழ்வாகவே அவரது குறிப்பிடல்கள் தொனிக்கின்றன.

> நின்றதெந்தையூரகத்து இருந்த தெந்தை பாடகத்து
> அன்று வெஃகணைக் கிடந்தது என் இலாத முன்னெலாம்;
> அன்று நான் பிறந்திலேன்; பிறந்த பின் மறந்திலேன்;
> நின்றதும் இருந்ததும் கிடந்ததும் என்நெஞ்சுள்ளே. (தி.ச.வி: 64)

திருமழிசை ஆழ்வாரின் இப்பாடல், தாம்; அம்மூவர்க்குப் பிந்தையவர் என்பதை உணர்த்துவதோடல்லாமல், தம் காலத்தில் நிலையுற்றிருந்த இயல்புகளின் அடிப்படையில் பாடியிருப்பது கூர்ந்து அறியத்தக்கது. அவ்வகையில், பூதத்தாழ்வாரின் காலத்தில் எழுப்பப்படாத ஒரு கோயிலை இவர் பாட வாய்ப்பு பெற்றிருந்துள்ளார். இதனால்தான் தமது பாடலில் புதிய முக்கோல மரபினை அறிமுகம் செய்துள்ளார். அம் முக்கோல -மரபினை ஒரு சீர் நேர்க்கோட்டில் உள்ளடக்கி; நின்ற – இருந்த – கிடந்த என்ற ஓர் ஒழுங்கில் கட்டமைத்திட, நிகழ், கடந்த, தொன்ம எனும் வரிசை அமைவிலும்; கோயில் எழுப்பப்பட்டிருந்த காலவரிசையின் அடிப்படையிலும் குறிப்பிட்டுள்ளார். அதனால்தான் ஊரகம் (நின்ற) பாடகம் (இருந்த) வெஃகா (கிடந்த) எனும் வரிசை ஒழுங்கில் அவரது பாடல் பாடப்பெற்றுள்ளது.

நந்திவர்மன் எழுப்பிய திருவூரகம்

பல்லவர்கள் கணிசமாகப் பல புதிய கோயில்களை நிர்மாணித் திருந்தனர். அவ்வகையில் திருப்பாடகத்தினைப் போன்றே திருவூரகமும் புதியதாக அமைக்கப்பட்டக் கோயிலாகிறது. இதனை அவ்வாறு துணிந்து கூற மேல் வழங்கப்பட்டுள்ள திருமழிசையாழ்வாரின் பாடல் நமக்குப் பெரிது துணைபுரிகிறது.

இரண்டாம் நந்திவர்மன் (731 – 796 CE)

திருவூரகத்தின் பெருமாள் கோயிலை முன்பு எழுப்பியவனாக இரண்டாம் நந்திவர்மனை நாம் முன்னிறுத்துகிறோம். உரிய சான்றுகள் இதற்கு இல்லை எனினும் நம்மால் நன்றாக ஊகிக்க முடிகிறது. கல்வெட்டுக்களை மட்டுமே நம்பி வரலாறு எழுதுவோருக்கு இத்தகைய அரிய ஒன்றை உணர வாய்ப்பே யில்லை. எழுத்துக்களால் இயம்ப இயலாத வரலாற்றுச் சிறப்பு களை உருவங்களில் உள்ளீடு செய்துள்ளனர் நம் முன்னோர். இவற்றினைப் புரிதல்பெற உண்மையான கலைநுட்பம் தேவை.

ஏனெனில், எளிதாக அரசுக்கட்டிலில் அமர்ந்தவனாக நந்திவர்மன் காணப்படவில்லை. நெஞ்சுரமும் வலிமையும் எட்டும் தக்க வயதினை அடையும் வரை மிகுந்த துன்பங்களைத் தம் தொடக்கம் தொட்டு அனுபவித்திருந்தான். கெடுபலன் களே அவனுக்குப் பெரிது விளைந்தன. இதனின் காரணம் என்னவென்றால், பல்லவப்பேரரசின் அரசனாக ஆட்சிப் பொறுப்பினை ஏற்றபோது நந்திவர்மன் பன்னிரண்டு வயதுச்

சிறுவனாக மட்டுமே இருந்தான்.[8] இதனைப் பயன்படுத்தி மேலைச்சாளுக்கியன் அவனைத் துரத்தியடித்தான். இதனால் நந்திவர்மன் ராட்டிரகூட அரசனான தந்திதுர்கனிடம் தஞ்சம் புகநேர்ந்தது. பின் உரிய திறம் எட்டிய நிலையில் தந்திதுர்கனின் உதவியுடன் 745 – 46ஆம் ஆண்டுகளுக்கிடையே தமது நாட்டினை அடைந்து அரசனானான்.[9] கிட்டத்தட்ட இருபது ஆண்டுகள் நாடிழந்து அண்டை நாட்டில் ஒண்டியிருந்த நிலை. அவமானமும் துன்பமும் என வெட்கிக் கிடந்துள்ளான். எனவேதான் தான் மீண்டும் தனது நாட்டையடைந்து அரசனாக நிலைபெற்றதை மறுபிறப்பாக எண்ணியிருந்துள்ளான் போலும். தாமே தம் காலில் நிற்கும் பெரும்திறம் அடைந்துவிட்டான். இதற்காகத்தான் அத்தனைச் சிரமங்களும் தாங்கிக் கிடந்துள்ளான். நிலைத்து நின்றுவிட்டான் இப்போது. வெற்றிதான் இனி. ஆயினும், போரில் எதிரியை வென்ற வழக்கமான வெற்றியல்ல இது. இழந்த தம் நாட்டையே அடைந்த வெற்றி. உண்மையில் மிகப் பெரிய வெற்றிதான். இம்முயற்சி தோற்றிருந்தால்; இவன் முதலாக; பின் ஏனையோர் அடங்கியதாய் 'பிற்காலப் பல்லவர்' என்ற ஒரு காலகட்டத்தினை வரலாறு இனம்பிரித்திருக்க வாய்ப்பிருந்திருக்காது. ஆக, பல்லவப்பேரரசை இவனுக்குப்பின் ஆறு அரசர்கள் ஆட்சிசெய்தனர் என்பது குறிப்பிடத்தக்கது. இந்நீட்சி அவனுக்குத்தெரிய வாய்ப்பில்லை எனினும் நிச்சயம் ஊகித்திருப்பான். எனவேதான் இவ்வெற்றியைப் போற்றும் விதமாக அக்கால வழக்கத்தின்படி ஒரு கோயிலை நினைவுச் சின்னமாய் எழுப்பிவைத்தான் நந்தி.

ஆனால், ராஜசிம்மனைப் பொறுத்தவரை நாடிழந்து மீண்டும் பெற்றவனல்ல – நிற்பதற்கு. அவன் பேரரசன். பேரரசனாக நிலையாக வீற்றிருந்தவன். இதனையும் தாண்டி அவன் எட்டிய பெரும்–பேரரசன் என்கிற மகத்தான நிலை அனைவருக்கும் அமைந்துவிடுகிற எளிதல்ல. எனவேதான், தாம் பெரும்பேரரசனாக வீற்றிருந்த அம்மாண்பினைக் கொண்டாட எழுப்பியதே அமர்ந்த கோலத்துடனான பெருமாளின் – பாடகம் கோயில் ஆகும். அதில், இறைவன் குறீயீடாய் நெடிது அமர்ந்துள்ளான். வழங்கப்படுகிற தொன்மக்கதைப்படி அல்லது தலவரலாற்றின் படி இறைவன் அமர்ந்தவனாய் அங்கு காட்டியருள்வது விஸ்வரூபமாகும்.

ராஜசிம்மன் பெரும்பேரரசன். அரசர்கட்கெல்லாம் சிம்மமாக விளங்கியவன். இதனால் அவன் பெரிதுபட்டான் அன்று. அவ்வகையில், தொன்மத்தின் கருத்தியலும் அவனின் உளவியலும் ஓர் அச்சில் இணைந்து கிடப்பதை இனி உணரவியலும். இதனால் இருபொருள்படப் பொருந்துகிறது அவனின் முனைவு.

தவிர, ராஜசிம்மன் இலக்கிய ஆர்வலன். 'கவிப்பிரபோதன்' என அவன் போற்றப்பட்டுள்ளான். கவிதைப்புனைவில் திறம் பெற்றவனாய் அவ்விருது பெயர் சான்றுதருகிறது. அவ்வளவுதான், தொன்மத்தின் ஊடாக தற்குறிப்பேற்றிய கலைப்படைப்பாய் ராஜசிம்மனின் மற்றுமொரு கோயில். இதனால் தான் விஸ்வரூப அமைதி பெருமாளுக்கு. ராஜசிம்மனே பெருமாளாய்! இரட்டுற மொழிந்த விதம். அல்லது 'இரட்டுற செதுக்கம்' எனலாம். இத்தகைய உளவியற் புலப்பாட்டுத் தொடக்கமே ஒரு மரபினை உருவாக்கித்தந்தது போலும். இதன் விளைவாய்; தோற்றம் பெற்ற 'தேவ–ராஜா' *(God-King cult)* வழிபாடு உச்சம் பெற்றுக்கொண்ட கோயிலாக, காம்புஜத்தின் *(Cambodia)* அங்கோர் வாட் கோயில் பற்றி முன்பு குறிப்பிட்டிருந்தோம்.

ஆனால் நந்திவர்மனுக்கு அப்படியல்ல. இதே வகை புலப்பாட்டுத்துவம் எனினும், அவனின் பின்னணி மாறாக இருந்தது. எங்கோ வீழ்ந்து கிடந்த அவன், தம் நாட்டினை அடைந்து, எழுந்து நின்ற தீர்க்கம் அது. இதனால், அவனது குறியீட்டிற்கு உகந்த உருவமாக நின்ற கோலமே வெகுவாகப் பொருந்தும். எனவேதான் திருவூரகம் கோயிலானது நின்ற கோலத்துடனான பெருமாளுடன் அவனால் நடைமுறைக்கு வந்தது. என்றால் காஞ்சிபுரத்தினைப் பொருத்தவரை, திருவூரகத்தின் கோயிலே நின்ற கோலத்திற்கான தனித்த கோயில் வரிசையில் முதலாம் கோயிலாகலாம். இவ்வீர்ப்பின் விளைவாகவே காஞ்சிபுரத்தில் நின்ற கோலத்துடனான மற்றுமிரு கோயில்கள் தொன்மமும் வரலாற்றுண்மையும் இணைந்ததாய் எழுப்பப்பெற்றுள்ளன.

இதுவரை . . .

நாம் பகுப்பாய்ந்ததிலிருந்து புரிதலுற்றவைகளாக:

1. கிடந்த கோலத்துடனான திருவெஃகா கோயில் காஞ்சி புரத்தின் மிகத்தொன்மையான பெருமாள் கோயில் ஆகிறது.

2. இக்கோயிலுக்கு அடுத்த மற்றுமொரு தனித்த கோயிலாக, பாடகம் (திருப்பாடகம்) கோயில் எழுப்பப்பெற்றுள்ளது. இது அமர்ந்த கோலத்துடைய நெடிய பெருமாளை மூலவராகப் பெற்றதாகும். இது இரண்டாம் கோயிலாக அமையலாம்.

3. அமர்ந்த கோலத்துடனான இக்கோயிலுக்கு அடுத்தபடியாக நின்ற கோலத்துடனான ஒரு கோயில் எழுப்பப்பெற்றிருந்தது. அதுவே ஊரகத்தின் (திருவூரகம்) பெருமாள் கோயிலாகும். இது மூன்றாம் கோயிலாகும்.

என்றால் நின்ற – அமர்ந்த – கிடந்த என்கிற ஓர் ஒழுங்கின் கீழ் இம்மூன்றும் ஒரு நேர்க்கோட்டில் நிற்பதை இவ் ஆய்வு தெளிவுறுத்துகிறது. இச்சமகாலத்தில் சற்று பின் எழுப்பப்பெற்ற கோயில்களாக மற்ற பிற மூன்று கோயில்கள் (அத்திவரதர் / திருவேளுக்கை / அட்டபுயகரப்பெருமாள்) ஆழ்வார்களால் பாடப்பெற்றிருப்பினும் அவை இச் சீர்மையின் கீழமையா.

அவ்வகையில் திருவெஃகா, திருப்பாடகம், திருவூரகம் ஆகிய இம்மூன்று கோயில்களும் பல்லவர் காலத்தில் திருப்பணி செய்தும் மற்றும் புதியதாகவும் கட்டப்பட்டிருந்துள்ளன. எனினும் இவை சோழர்காலத்தில் மறுதிருத்தத் திருப்பணிக்கு உட்படுத்தப்பட்ட நிலையில் இவற்றில் முதலாம் கோயிலான திருவெஃகா கருங்கற் கற்றளியாக மாற்றம் பெற்றுக்கொண்டது. அவ்வளவுதான். எனினும், மற்ற இரு கோயில்களும் அவற்றினை உருவாக்கிய ராஜசிம்மன், இரண்டாம் நந்திவர்மன் மற்றும் மூன்றாம் நந்திவர்மனின் கருத்தியலைப் பிரதிபலிப்பனவாய்ப் பெரிதும் போற்றப்பட்டு, உரிய முறையில் சில மாற்றங்களுடன் அமைக்கப்பட்டவையாய் உள்ளன. அவை, சிறப்புக் கோயில் களாக அமைக்கப்பட்டிருந்த நிலையில் அதனை உணர்ந்த சோழப்பேரரசன் அவ்வாறான திறமும் தகுதியும் தாம் அடைந்த நிலையில் அப் பல்லவர் கால வரலாற்று மற்றும் குறியீட்டு நினைவுச் சின்னங்களைத் தமக்கான குறியீட்டுடனான நினைவுச் சின்னமாக மாற்றித் தொடரச்செய்தான். இங்கு, பாடகம் கோயில் ராஜசிம்மனுக்குப் பின் சோழனால் திருத்தி யமைக்கப்பட்டது என நாம் கருதுகிற நிலையில், ஊரகம் கோயில் பல்லவர் காலத்திலேயே ஒரு மாற்றத்தினை அடைந்து பெருமாளுக்குரிய மற்றுமொரு கோலத்தினை (நடந்த) நான்காவதாக வலிய மரபாக்கி வைத்தது. அவ்வகையில், ஊரகம் கோயிலை மறுதிருத்தத்திற்கு உட்படுத்தி அதில் தற்குறிப்பை ஏற்றியவனாய் மூன்றாம் நந்திவர்மன் காணப்படுகிறான்.

மூன்றாம் நந்திவர்மன் (846 - 869 *CE*)

நந்திவர்மனின் *(796 – 846 CE)* மகனான மூன்றாம் நந்திவர்மன் இரண்டாம் நந்திவர்மனின் பேரன் ஆவான். இவன் மிகச்சிறந்த பெருவீரன். இடைக்கால இலக்கியமாகப் போற்றப்படும் நந்திக்கலம்பகம், பாடப்படும் அவனது பெயரிலேயே நூலாகி நிற்கிறது. வீழ்ச்சியுற்றிருந்த பல்லவப்பேரரசின் மறுசுற்றிற்கு வித்திட்டவன் இவன்.

மேலும், மேற்குறிப்பிடப்பட்டுள்ள ஊரகத்தின் கோயிலை நுணுகி உற்றாய்ந்ததின் விளைவாய் திருத்தத் திருப்பணி

செய்யப்பட்டிருப்பதனை கண்டுணரமுடிந்தது. இதனை அவ்வாறு திருத்தி அமைத்தவன் மூன்றாம் நந்திவர்மன் ஆவான். இக்கோயில் முன்பு, நின்ற கோலத்துடனான பெருமாளுடன் அமைந்திருந்ததைத் திருமழிசை ஆழ்வார் பதிவு செய்துள்ளார். இதனை இங்கு குறிப்பிடுதல் அவசியமாகும். இவருக்கு அடுத்த ஆழ்வாராக அறியப்படும் ஐந்தாமவரான திருமங்கை ஆழ்வார், இக்கோயிலடைந்த மாற்றத்தைக் குறிப்பிடவில்லை. அவ்வாய்ப்பு அவருக்கு அமையவில்லை என்றே தெரிகிறது. இதனின் காரணமாக; நமது கணக்கீட்டின்படி இக்கோயில் பிந்தைய 860 – 862ஆம் ஆண்டுகளுக்கிடையில் திருத்தியமைக்கப்பட்டுள்ளது. இதனால், அதன் கருவறையானது ஒரு புதிய பத்தடி உயரமுள்ள நடந்த கோலத்துடனான உலகளந்த பெருமாளின் சிற்பத்தினை மூலவராக நிறுவப்பெற்றிருந்தது. இச்சிற்பம் முன்பிருந்த நின்ற கோலத்துடனான பெருமாளின் சிற்பத்தினைப்போன்று இரு மடங்கு உயரம் கொண்டதாகும். மேலும் அவ்வாறு மறுதிருத்தம், மறு சிற்பம் பொருத்துதல் என அக்கோயில் அடைந்த அத்தகைய மாற்றத்தின் பின்னணியில், நிகழ்ந்திருந்த தெள்ளாற்றின் போர் கருவாக அமைந்து கிடப்பதை நம்மால் கண்டுணர முடிந்தது. அப்போர் நமது கணிப்பின்படி 853 – 858 இவ்வாண்டுகளுக்கிடையில் நிகழ்ந்திருக்க வேண்டும்.[10] பாண்டிய செப்பேடுகள் தரும் குறிப்பின் அடிப்படையில் நாம் கணித்துள்ள ஆண்டுகள் பொருந்திவருகிறது.[11]

பல்லவர் தொடுத்த போர்களில் தெள்ளாற்றில் நடந்த போர் தனித்ததோர் வரலாற்றுச் சிறப்புமிக்கதாக நமது கருத்தில் முன்னெழுகிறது. இப்போரின் நாயகன் மூன்றாம் நந்திவர்மன் ஆவான். நாடிழந்து ஆட்சிபெற்ற தமது பாட்டன், நிலையான ஆட்சியைத்தந்து பல்லவப்பேரரசினைத் தக்கவைத்திருப்பினும், தமது தந்தையான தந்திவர்மனின் ஆட்சிக்காலத்தில் மீண்டும் எதிரிகளின் கை வெகுவாக ஓங்கி பெருஞ்சரிவை அடையச் செய்திருந்தது.

இதனால், பேரரசனான தந்திவர்மன் கப்பம் கட்டும் சிற்றரசனாக ஆனான். முதலாம் வரகுண பாண்டியனிடம் தோற்றதால் தம் தொண்டை மண்டலத்தின் தென்பகுதிகள் பல பாண்டிய நாட்டிற்குள் அடங்கின.[12]

பல்லவர்களின் இக்கெடுச் சூழலைப் பயன்படுத்தித் தொண்டை மண்டலத்தை முழுவதுமாய் அபகரிக்க வரகுணனின் மகன் ஆட்சிப்பொறுப்பேற்ற நிலையில் ஆசை கொண்டான். இதனால் பல்லவர்குலத்தின் எமனாக இப்போது பாண்டியன் சிரீமாற சிரீவல்லபன் காணப்படுகிறான். அவ்வாறே சூழ்ச்சி செய்தவனாய்க் காஞ்சிபுரத்தைக் கைப்பற்றத் தமது மாமனாரான

தெலுங்கு சோடன் சிரீகண்டன் உதவியுடன் பெரும்படைகளுடன் திரண்டு வந்துகொண்டிருந்தான். சிரீகண்டன் காஞ்சிபுரத்தைக் கைப்பற்றியிருந்த நிலையில் தனது விசுவாசியான அபிமான சித்தியிடம் ஒப்படைத்து ஆட்சிசெய்துவந்தான். இதனால் முடங்கிக்கிடந்துள்ளான் தந்திவர்மன். முயற்சி ஏதுமின்றி முடங்கிக்கிடந்ததனால் அவ்வளவுதான் இனிப் பல்லவர் எழ வாய்ப்பில்லை; அவர்களின் வரலாற்றினை முற்றிலும் துடைத் தெறிந்துவிடலாம் எனத் திட்டமேந்தியவனாய் மதுரையிலிருந்து பல்லவ நாட்டினுள் நுழைந்து காவிரியைத் தாண்டியவன் விழுப்புரம் திண்டிவனம் எனத்தாண்டி இதோ தெள்ளாற்றினை நெருங்கவிருக்கிறான். முன்பு பல்லவர் ஆண்ட சில சோழரின் பகுதிகளைக் கைப்பற்றித் தமது நாட்டுடன் இணைத்து வைத்திருந்தான் பாண்டியன் எனக்குறிப்பிட்டிருந்தோம். இதனை உறுதிப்படுத்துவதாகத் தந்திவர்மனின் கல்வெட்டுகள் அவனின் 21ஆம் ஆட்சியாண்டிலிருந்து 41ஆம் ஆட்சியாண்டுவரை அப்பகுதிகளில் காணப்படவில்லை என்பது குறிப்பிடத்தக்கது.[13]

தெள்ளாறிலிருந்து காஞ்சிபுரம் இன்னும் 30 மைல்களே உள்ள நிலையில் பாண்டியன் வெகுதீவிரமாய் முன்னேறி வந்துகொண்டிருந்தான். வெற்றி தனக்குக் கிட்ட இன்னும் சற்று நேரப்பயணமே என அதிதீவிரமாய் விரைந்து கொண்டி ருந்தான். ஆனால் எதிர்பாராதவிதமாகப் பல்லவர் படை எதிரில் திரண்டுவருவதைக் கண்டு திகைப்புற்ற அவன் தம் பெரும்படையின் பின்னணியினால் வெற்றி நிச்சயம் எனப் போரிட்டான். எனினும் எதிர்பாராத, வெறிகொண்டு நந்தி தொடுத்த தாக்குதல்களால் பாண்டியர் படை பின்வாங்கி, வந்தவேகத்தில் தோற்று ஓடியது. வைகைக் கரை வரை விடாது துரத்தினான் தொண்டைவேந்தன் நந்திவர்மன்.[14]

கடைசி நிமிடத்தில் முயற்சித்து அடைந்த மகத்தான பெருவெற்றி அது. குறுகிய நேரத்தில் செயல்பட்டு எதிர்த்தெழுந்து கொடூரமாய் புரிந்தப் போர். முற்றிலும் வீரம் விளைத்த வெற்றி. நந்தியின் தோளீட்டிய வெற்றியது. எவராலும் அடைய இயலாத வெற்றி என இவ்வெற்றியை வேளூர்ப்பாளையம் செப்பேடு பெரிது புகழ்கிறது. அவ்வளவு இக்கட்டான நிலையிலும் எதிர்த்து வந்து செய்த போர். இம் மகத்தான வெற்றியின் புகழே அவனுக்கு நிலைத்திட அம்முதற்கொண்டு 'தெள்ளாறெரிந்த நந்திவர்மன்' எனப்புகழப்பெற்றான் மூன்றாம் நந்தி.

தெள்ளாறு போர் ஒரு திருப்புமுனை

மாற்றான் வசமாகியிருக்கும் பல்லவப்பேரரசு; திறை செலுத்துகிற கீழ்மை என்ற இவ்விரு நிலையத்தாண்டி மோதவிருக்கிற

அப்போரின் முடிவில் பல்லவநாடே – பாண்டியநாடாய் மாற விருந்தது. பாண்டியன் தாம் வெற்றிபெறுகிறவனாகவே மிக உறுதியாகத் தொடுத்த போர் அது. சரியானத் திட்டமிடலின் அடிப்படையில் துல்லிய வியூகத்துடனான பெரும்படை முனைவு. எனினும், பிறர் நாட்டினை அபகரிக்கவேண்டும் என்ற பேராசை, போருக்கான இவன்புறத்துக் காரணப்பின்னணியாகி இருக்க; சொந்த நாட்டினை இழந்திடக்கூடாதென்ற குருதி – உரிமையின் கொப்பளிக்கும் கடுங்கோபச் சீற்றம் – இது எதிர்ப் புறத்தின் காரணப்பின்னணியாக இருந்தது. வேறு வழி இல்லை வெற்றிபெற்றேயாக வேண்டும் என்கிற கடைசி முனைவில் நந்தி. இதனால்; வாழ்வா? சாவா? என்ற நிலையில் நந்திவர்மன் பேராவேசத்துடன் எதிர்கொண்டான். அவ்வாறே வெற்றியைத் தமக்குரியதாக்கினான்.

மீண்ட – பல்லவப்பேரரசு

"உயர்த்திய உறை நீக்கிய கத்தியினால் கொல்லப்பட்ட யானையின் மத்தகத்திலிருந்து வெளிவந்து சிதறிய முத்துக்களின் காந்தியால் வெளுத்து நகைப்பதைப்போல் விளங்கிய போர்க் களத்தில் தன் புஜங்களின் பராக்கிரமமென்ற மதத்தையுடைய வனாய், சத்ருக்களைக்கொன்று வேறு யாராலும் அடையமுடியாத பல்லவ ராஜ்ஜியத்தின் திருவை அடைந்தான்" என இவனால் வெளியிடப்பட்ட வேளூர்ப்பாளையம் செப்பேடு இவனடைந்த வெற்றியைப் புகழ்கிறது.[15] அதுமட்டுமின்றி பாண்டியன் பிற அரசர்களின் உதவியுடன் போரிடப் பெரும்படையுடன் வந்தான். எனினும், அத்துரித காலத்தில் உதவிக்கோரி நிற்காமல் அது சாத்தியமுமில்லை என்கிற நிலையில் தாம் மட்டுமே தமது படை களுடன் மோதி வெற்றியைப்பறித்தான் என்பது குறிப்பிடத் தக்கது. இதனை இவனின் மகனான நிருபதுங்கவர்மனின் பாகூர்ச் செப்பேடு குறிப்பிடுவதிலிருந்து அறியலாம்.[16] இப்போரில் நந்தி வர்மனுக்குச் சோழரும் கங்கரும் ராட்டிரகூடரும் துணை நின்றனர் எனினும் பாணர் உதவவில்லை என்பது குறிப்பிடத்தக்கது.[17]

தனித்ததோர் நாடு என்ற பெருமையை இழக்கவிருந்த பெரும் இக்கட்டான நிலையிலும் வாள் முனையினால் பல்லவப்பேரரசை மீண்டும் நிலை நிறுத்தியவனாய் இப்போது நந்திவர்மன் காணப்படுகிறான். தன் மகன் ஈட்டிய இப்பெரும் வெற்றியினால் தந்திவர்மன் மீண்டும் பேரரசனாக நிலை உயர்ந்தான். எனினும், மகனிடம் நாட்டை ஒப்படைத்து ஓய்வுபெற்றுக்கொண்டான் தந்தி. பலம்பொருந்திய நந்தி பின்னர், அசுரவேகத்துடன் பல போர்கள் மேற்கொண்டவனாய் இழந்த தம் நிலங்களைப் பகைவர்களிடமிருந்து மீட்டு, மீண்டும் தம் நாட்டினில் இணைத்தான். குறுகிக்கிடந்த நாடு நந்தியின்

இடைவிடாத பெரு முயற்சியினால் மீண்டும் விசாலம் பெற்றுப் பெரும் பேரரசாய் வல்லமை பெற்றது. தூரக்கிழக்கு நாடுகளும் இவனின் அடிபணிந்தன. இதனால் தம் நாட்டின் பரப்பளவை வரையறுத்து உறுதிசெய்தான். அவ்வாறு தம் நாட்டின் பரப்பை மீளமைத்த நிலையில் புதியதாக நில அளவை செய்து அதன் எல்லைகளை வரையறை செய்தான்.

ஒரு நாட்டின் எல்லையை வரையறை செய்தல் என்பது எளிய ஒன்றல்ல. கலகக்காரர்களும் புரட்சியாளர்களும் எதிரிகளும் தம் நாட்டைச்சுற்றி இடையூறுகளை விளைவித்துக் கொண்டிருக்கும் சூழலில் எவ்வொரு அரசனும் இதனை மேற்கொள்ளமாட்டான். அவ்வாறு வறையறை செய்கிறான் என்றால் அதனின் முன்பாக; தம் நாற்றிசையிலும் தமது மேலாதிக்கத்தை நிலைநாட்டியிருக்க வேண்டும். குறுநில மன்னர்களை ஒடுக்கித் தமது கீழ் அடங்கியோராய் ஆக்கிவைத்திருக்க வேண்டும். அன்றைய அரசியலில் குறுநில மன்னர்களின் பங்கு அதிமுக்கியமாக இருந்துள்ளதை அறியலாம். இவர்களின் கட்சி மாறுதல்களால் வரலாற்றில் காட்சிகள் மாறியதுண்டு.

கட்சி மாறிக்கொண்டிருந்த பாணர்கள்

பல்லவர்களின் குறுநில மன்னர்களாகச் சோழர், இருக்குவேளிர், முத்தரையர், கங்கர், பாணர் போன்றோர் அறியப்படுகின்றனர். இதில் கட்சி மாறுகிற போக்கினைக் கொண்டவர்களாகப் பாணர்கள் காணப்படுகின்றனர். பல்லவர், சாளுக்கியர் இவ்விரு நாட்டின் எல்லையில் அமைந்த சிறுநாடாகப் பாணநாடு இருந்ததால் அவர்கள் அவ்வாறு இரு தரப்பினரின் ஆளுமைக்கு உட்படவேண்டிய நிர்பந்தம் இருந்துள்ளது. இதனால் குறுநில மன்னர்களை இரும்புக்கரம் கொண்டு அடக்கியாள வேண்டும். தவிர பெருநில அண்டை நாட்டினருடன் நட்பு பாராட்டிச் சுமூக உறவு ஏற்படுத்தியிருத்தல் வேண்டும். ஒத்துவரவில்லை என்றால்; அவர்களுடன் போரிட்டுத் தமது வலிமையை நிரூபித்திருக்க வேண்டும். சம வலிமை இருக்கும் பட்சத்தில் மண உறவு செய்தாவது உறவுமுறையை அமைத்துக்கொள்ளுதல் வேண்டும். இத்தகைய இயல்புடன் அமைதியான ஆனால் வலிமையான ஆட்சியாக அப்பேரரசு அமையுமானால்; அது நீடித்ததோர் ஆட்சியினை வழங்கிடக்கூடும் என்பதற்கிணங்க; நாட்டின் எல்லைகளைத் தீர்க்கமாக வரையறை செய்தல் என்பது ஓர் பெருமைபோற்றும் பணியாகவே அமைந்திருந்தது.

தமிழகத்தில் அப்போது பாண்டியர் வலிமைபெற்று ஆட்சியுற்றிருந்த நிலையில் (இவர்களை முற்காலப்பாண்டியர்

என வரலாற்றினர் அழைக்கின்றனர்.) சங்ககாலப் பாண்டியர்களின் மரபில் வந்த இவ்வோர்; களப்பிரர்களை வீழ்த்தித் தமது மண்டலத்தை மீட்டெடுத்தனர். எனினும், அந்நிலையில் சோழர்களால் இயலாமல் போனது. ஏனெனில், பல்லவர்கள் மிக வலிமையுடன் பெரிதும் மெனக்கிடவே சோழ மண்டலம் பல்லவர் வசமானது. இதனால், தமது ஆந்திரப்பகுதிகளுடன் சோழமண்டலத்தையும் இணைத்ததால் முன்பு கிடப்பிலிடப் பட்டிருந்த தொண்டை மண்டலம் மீட்சியுற்று, மீண்டும் தொண்டையர்களின் கீழ் ஆட்சியுற்றது. பல்லவரே தொண்டையர் என்றும் வழங்கப்பட்டிருந்தனர். சங்ககாலத்தில் தொண்டை மண்டலத்தை ஆண்ட இளந்திரையனும் தொண்டைமான் மரபினைச் சேர்ந்தவன் ஆவான். பல்லவர், இவனின் வழிவந்தவர்களே என்ற ஒரு கருத்தின்படி அது சரியாகவே அமைகிறது.

முன்பு சாளுக்கியர் முழுநேரப் பகைவர்களாகி பல்லவர்களை எதிர்த்து வந்ததைப்போன்றே பிற்காலத்தில் பாண்டியர் வலிய எதிர்த்தனர். ராஜசிம்மன் காலத்தில் மண உறவு ஏற்பட்டிருப்பினும் கூட, பின் பகை மூண்டதாயிற்று. பாண்டியரில் முதன்முதலாக ஒரு ராஜசிம்மன் (730 – 769 CE) காணப்படுகிறான். இவன் பல்லவவேந்தன் ராஜசிம்மனின் மகள் வயிற்றுப்பேரனாக இருக்கலாம் என வரலாற்றினர் உரைக்கின்றனர்.[18]

இதனால், பேராண்மை – மேலாதிக்கம் – பெரும்பேரரசு என்கிற உயர்நிலைக்குரிய போட்டியாகவே பல்லவர், சாளுக்கியர் மற்றும் பாண்டியர் இவர்களுக்கிடையேயான பகை வலுத்திருந்தது. இத்தகு நிலையைத் தாங்களும் அடைய எண்ணியே பாண்டியர் தொடர்ந்து முனைவுற்றனர். இதனால் தொடர் போர்கள் நிகழ்வுற்றன.

நந்திவர்மனின் பிற போர்கள்

மூன்றாம் நந்திவர்மன் தெள்ளாற்றுப் போரில் வெற்றி பெற்று அசைக்க முடியாத பல்லவ நாட்டினை மீட்டுருவாக்கம் செய்திருப்பினும், பாண்டியர் தொடர்ந்து அவன் மீது போர் தொடுத்திருந்தனர். வெள்ளாறு, பழையாறு, நல்லாறு, குறுங்கோடு போன்ற இடங்களில் நிகழ்ந்த போர்களில் நந்தி, பாண்டியனைத் தோற்கடித்துள்ளான்.[19] தவிர, இப்போர்களில் ஏதோ ஒன்றினில், பாண்டியர் தலைநகரான மதுரைக்கே துரத்திச் சென்று அவனை வீழ்த்தியுள்ளான் நந்தி.

ஓர் ஆட்சியை, வரலாற்றை விட்டு முற்றிலும் துடைத்தெறிவதும் அல்லது அடிபணிய வைப்பதும் என்பது இத்தகைய முறையில் ஏறிச்சென்று தலைநகரை முற்றுகையிடுதலில்தான் அமைகிறது.

துடைத்தெறிவதும் அடிபணியவைப்பதும் போர்தொடுத்த மன்னனின் தனிநபர் விருப்பம் சார்ந்திருந்தது. இதற்கு எடுத்துக் காட்டாக மாறவர்மன் சுந்தரபாண்டியன் துடைத்தெறிந்த சோழர் ஆட்சி குறிப்பிடத்தக்கது. சோழரின் தலைநகரான பழையாறை முற்றிலும் அழித்துத் தரைமட்டமாக்கித் தீயிட்டுக்கொளுத்தினான் சுந்தரபாண்டியன். எனவேதான் மற்றுமோர்ச் சுற்றுக்கு இயலாத நிலையில் முற்றுப்பெற்றது சோழராட்சி.

அவ்வாறே, பல்லவர் தலைநகர் காஞ்சிபுரத்திற்குள் புகுந்து எதிரியை முடக்கிய நிலையில் எதிர்ப்பட்டோரையெல்லாம் கொன்று அடையவிருந்த இத்தகைய வெற்றியைத்தான் முன்பு பாண்டியன் சிரீமாறன் திட்டமிட்டு முயன்றுள்ளான். ஆனால், அவன் எண்ணம் ஈடேறாமல் தெள்ளாற்றில் இடைமறிக்கப்பட்டு நந்திவர்மனால் வீழ்த்தப்பட்டான் என்பது குறிப்பிடத்தக்கது. தெள்ளாற்றுப் போரில் தோல்வியுற்றாலும் பாண்டியர் விடாது போர்த் தொடுத்தனர். எனினும், முன்பு குறிப்பிட்டவாறு, நந்தி அயராது எதிர்த்துச் சென்று அவர்தம் நாட்டிலேயே அவ்வோரை வீழ்த்தினான்.

இவ்வாறான தொடர்ந்த போர்களினால் பாண்டியர் அடங்கினர் போலும். அப்போது பாண்டியர் மட்டுமே பல்லவர்கட்குப் பிரதான எதிரியாக இருந்துள்ளனர். முன்குறிப் பிட்டுள்ளபடி தந்திவர்மனின் பிற்பகுதி ஆட்சிக்காலத்தில் காஞ்சிபுரம் தெலுங்குச் சோழர்களால் கைப்பற்றப்பட்டு ஆளப்பட்டிருந்தது என்றால் கிட்டத்தட்ட அது பாண்டியரின் ஆட்சி போன்றதுதான். ஏனெனில் முன் கூறியபடி அத்தெலுங்குச் சோழ மன்னனான சிரீகண்டன், பாண்டியன் சிரீமாற சிரீவல்ல பனுக்கு மாமனார் ஆகிறான். எனின், தமது நேரடி ஆட்சியின் கீழ் தொண்டை மண்டலம் வரவேண்டும் என்ற எண்ணம் வலுப்பெறவே தொடர்த் தோல்வியிலும் பாண்டியர் அயராது முயற்சித்திருந்துள்ளனர். ஆனால், இவ் அனைத்து முயற்சிகளையும் முறியடித்துப் பெரும் பேரரசனாக மூன்றாம் நந்திவர்மன் நிலையுற்றான். இது தமது பாட்டன் இரண்டாம் நந்திவர்மன் நாடிழந்து பின் அடைந்ததற்குச் சமமாகவே சிறப்புறுகிறது.

இதனால் மூன்றாம் நந்திவர்மன் போற்றத்தகுந்த பேரரசனாகத் திகழ்ந்துள்ளான். இத்தகு சிறப்பினை அடைய தாம் தனித்ததோர் ஆற்றலாய்ப் பல்கி; கலகம் செய்த குறுநில மன்னர்களையும் வென்றடக்கித் தமது பெருமைமிகு பல்லவப் பேரரசினை நிலையுறுத்தினான். தம் பேரரசு வலிமையுற்றுத் திட இயல்புடன் நிலைநிறுத்தப்பட்டிருந்ததால் தமது நாட்டின் எல்லைகளை மறுவரையறைச் செய்யும் தேவை முன்னின்றது. இதனின் காரணமாக நாட்டின் பரப்பளவை அளவை செய்து

✪ 46 ✪ எஸ்.ஏ.வி. இளஞ்செழியன்

தம் பேராண்மை மற்றும் மேலாண்மையை நிலைநிறுத்திய அவன்; அச்சிறப்பினைக் கொண்டாட அமைத்துவைத்த நினைவகமே இன்றைய ‘உலகளந்த பெருமாள் கோயில்’ ஆகும்.

இக்கோயில் இவனால் மாற்றம் பெறுவதற்கு முன்பாக நின்ற பெருமாளுக்கான கோயிலாக இருந்தது என்றும் அவ்வாறு அமைத்தவன் இவனது பாட்டன் இரண்டாம் நந்திவர்மன் என்றும் இவ்வாய்வில் முன்பு குறிப்பிடப்பட்டுள்ளது. காஞ்சி புரத்தில் இதற்கு முன்பாக உலகளந்தான் (திரிவிக்ரமன்) சிற்பத்தினை மூலவராகப்பெற்ற பெருமாள் கோயில் ஏதொன்றும் அமையப்பெறவில்லை. இதுவே அங்கு முதற்கோயில். இன்னும் கூட இதுவொன்றே அத்தகைய நடந்த கோலத்திற்கான ஒரேயொரு கோயிலாக அங்கு சிறப்புற்று வருகிறது. எனினும், இக்கோயிலுக்கும் முன்பாக திருக்கோவிலூரில் ஓர் உலகளந்த பெருமாள் கோயில் நடைமுறையில் இருந்துள்ளது. அக்கோயில் இன்று பெரும் வளாகக் கோயிலாக மாற்றம்பெற்று பதினோரு நிலையுடனான ராயகோபுரத்துடன் சிறப்புற்றிருப்பது குறிப்பிடத்தக்கது. இக்கோயிலினை முதல் மூன்று ஆழ்வார்களும் பாடியுள்ளனர். இவைதவிர, இந்தியாவில் முன்பு வேறெங்கும் இவ் உலகளந்த பெருமாளுக்குத் தனித்த கோயில்கள் எழுப்பப்படவில்லை என்றே தெரிகிறது.

உலகளந்தான் கோயில்:

குறியீடு - நினைவகம் - வழிபடுதலம்

உலகளந்தப்பெருமாளுடன் மாற்றம் பெற்ற (திரு) ஊரகத்தின் இக்கோயிலை முன்பு இரண்டாம் நந்திவர்மன் நின்ற கோலத்துடனான பெருமாளுடன் அமைத்திருந்தான். எனினும் இக்கோயில், பின், மூன்றாம் நந்திவர்மனால் தம் பாட்டனின் எண்ணத்துடன் தமது எண்ணமும் ஒத்துப்போகிற நிலையில் மறுதிருத்தத்திற்கு உள்ளானது. நின்ற பெருமாள் இப்போது இயக்கமுற்றவராக நடந்த கோலத்துடன் மறு–நிறுத்தம் பெற்றார். இதற்கு முன் நிறுவப்பெற்றிருந்த நின்ற கோலமானது, இரண்டாம் நந்தி முன்பு அண்டை நாட்டின்கண் அண்டிக்கிடந்த நிலையில், வலிமை பெற்றவனாய் மீட்சிபெற்று சுதந்திரமாய் நின்றதைக் குறிப்பிடும் குறியீடாக – உள்ளிருத்தம் பெற்றிருந்ததாகும். அதைப்போன்றே, தற்போது மறு–நிறுத்தம் பெற்றிருக்கும் உலகளக்கும் கோலமானது, தாம் தனியாளாய் வென்றடைந்த மாபெரும் வெற்றியைத் தொடர்ந்து, மேற்கொண்ட உலகளத்தல் என இன்னுமோர் அரும்முனைவின் அழகியற்–சூல் கொண்டமைந்ததாகும். இச்சிறப்பிற்குரியவன் மூன்றாம் நந்திவர்மன் ஆவான்.

பல்லவப்பேரரசின் மறு சுற்றிற்குத் தளம் அமைத்துத்தந்த மூன்றாம் நந்திவர்மனின் முயற்சி பல்லவர் வரலாற்றில் திருப்பு முனையாக அமைந்த ஒன்று. இதனாலமைந்த நிலைத்த இயல்பு மற்றும் திடச்சூழலால் தம் பேரரசின் பரப்பளந்த மேலாண்மை யத்துவத்தின் புலப்பாடாக மாற்றம் பெற்றுக்கொண்டது அச் சிற்பமும் அதன் கோயிலும். அவை முப்பரிமாண இலக்கியமாகச் சிறப்புக் கொண்டவை. இதனால் நின்றதைத் தொடர்ந்து, இயக்கமுற்ற வலிமையைப் பறைசாற்றும் சிறப்புக் குறியீடாக தனிநபர் – தற்குறிப்பேற்றத்துடன் மறு வரையறை செய்யப்பட்டி ருந்தது அதன் சிற்பம்.

கல்வெட்டுச்சான்று

உலகளந்த பெருமாள் கோயிலின் கருவறை வாயிற் நிலைப்பட்டிகையில் (door jamb) நிலம் அளக்கப் பயன்படும் ஓர் அளவுகோலின் அளவுமுறையைக் குறிப்பிடும் ஒரு கல்வெட்டு இடம்பெற்றுள்ளது. கலப்பைக் கொழு, பிறை ஆகியவை கோட்டுருவமாகப் பொறிக்கப்பட்டுள்ளன. இவ்விரண்டிற்கும் இடையே 'கண்டார் கண்டன்' என இருமுறை எழுதப்பட்டுள்ளதாக முன் தரவுகள் எடுத்துரைக்கின்றன.[20] கல்வெட்டுகள் பொதுவாக, கருவறையின் புறச்சுவர்கள், மண்டபச்சுவர்கள், பிரகாரச் சுவர்கள் போன்ற இடங்களில் வெட்டப்படுவதுண்டு. எனினும் மிக மிக முக்கியமான குறிப்பை, கருவறையின் உட்பகுதிகளில் பொறிப்பது அச்செய்தியின் சிறப்பம்சத்தினைத் தெளிவுறுத்த வேண்டியே ஆகும்.

இதற்கு எடுத்துக்காட்டாக, எனது ஓர் ஆய்வுக்கட்டுரை, மாமல்லபுரத்தின் குடைவரை ஒன்றின் கருவறையில் பொறிக்கப்பட்டிருக்கும் கல்வெட்டின் சிறப்பை எடுத்துரைக்கிறது.[21] அவ்வகையில், மேற்குத் திசையில் இடம் பெற்றுள்ள ஆதிவராகக் குடைவரையானது தமது கருவறை முகப்பின் நெற்றியில் விஷ்ணுவின் தசாவதாரப் பெயர்ப்பட்டியலை; மத்ஸ்யஹ கூர்மவா (ஆ) ஹஸ்ய நரசிம்யஸ்ஸ வாமனஹஹ ராமோ ராமஸ்ய (ச) ராமஸ்ய (ஷ்ய) புத்த (ஹ) கல்கி சதேதஷ/// என்ற வரிசை நிரலில் பெற்றுள்ளது.[22] சரி, இதில் என்ன பெரிதாகக் கிடக்கிறது என்று சுலபமாக நினைத்துவிடலாம். எனினும், ஏன் குறிப்பிட்ட அவ்விடத்தில் அப்பெயர்ப் பட்டியலை அவ்வாறு இடம்பெறச்செய்துள்ளனர்? என்ற கேள்விக்கு, விடையை ஆய்ந்து பெற்றது எமது அவ்வாய்வு.

தசாவதாரத்திற்கான புதிய பட்டியல்

மேலும், எமது ஆய்வின்படி, ஏற்கனவே வரையறுக்கப் பட்டிருந்த விஷ்ணுவின் தசாவதாரமானது ஏனோ முதன் முறை

யாகக் கல்வெட்டுச் செய்தியாய்? நெருடியது நமக்கு. செதுக்கப் பட்டிருக்கும் செய்தி பழையது எனினும் அது செதுக்கப்பட்டுள்ள இட அமைவு புதிய தெரிவாகப்பட்டது. எவ்வகையிலும் கண்ணில் படுகிற இடம் அது. என்றால், அது முக்கியமாக எடுத்துச்சொல்ல வேண்டிய செய்தியாகவும் அந்தக் குறிப்பிட்ட இடமே அதற்கு உகந்தது என ஓர் அடிப்படையை உணர்ந்தோம். இதனால், மீண்டும் அச்செய்தியை மறுஆய்வுக்கு உட்படுத்தியதில் அதில் முதன்முதலாகப் புத்தரை இணைத்திருப்பதனைக் கண்டு பிடித்தோம். என்றால், புத்தரை வைணவத்தில் இணைத்து அவர் விஷ்ணுவின் அவதாரமே என ஒருமனதாய் ஏற்றுக்கொண்ட நிலையில் அதற்கான பிரகடனத்தை ஆவணமாய்ப் பொறித்திருப் பதாக முடிவுபெற்றோம். அவ்வாறு பிரகடனப்படுத்தியவன் இரண்டாம் நந்திவர்மன் ஆவான். எனினும், அக்குடைவரை அவனுக்கு முன்பே வழக்கிலிருந்த ஒன்று. இதற்கு முன்பாக அவ்வாறு புத்தரை எண்ணிக்கையில் உட்படுத்திய எந்த ஒரு தசாவதாரக் கணக்கின் கலை, இலக்கிய வெளிப்பாடுகளின் தரவுகள் இதுநாள்வரை அறியப்படவில்லை என்றே தெரிகிறது. மேலும், தசாவதாரமாகக் குறிப்பிடப்படுகிற கணக்கின்படி 1. மச்சய 2. கூர்ம 3. வராக 4. நரசிம்ம 5. வாமன 6. பரசுராம 7. தசரதராம 8. பலராம 9. கிருஷ்ண 10. கல்கி ஆகியவை அறியப்படு கின்றன. இதில் கிருஷ்ணனுக்குப் பதிலாகப் புத்தரைச் சேர்த் திருப்பதை அறியவும். புத்தரை இடம்பெறச் செய்திட நந்திவர்மனின் புதிய கொள்கையின்படி கிருஷ்ணர் கைவிடப்பட்டுள்ளார் என்பதாகும்.

கல்வெட்டுச்செய்தியின் தொடர்பும் மூலவர் சிற்பமும்

அதைப்போலவே, திருவூரகத்தின் கருவறை வாயில் கதவு விளிம்புப் பட்டிகையில் செதுக்கப்பட்டுள்ள அளவுகோல் பற்றிய செய்தி; சம்பந்தமில்லாமல் அல்லது இடமில்லாமல் அவ்விடத்தில் செதுக்கப்பட்டதாகயில்லை. அது முற்றிலும் தொடர்புடைய ஒன்றே. அவ்வாறெனின், எதனின் தொடர்புடைய தாக அங்கு ஆவணமாகியுள்ளது என்றால், உள்ளிருக்கும் உலகளந்தானுக்காகவேதான் எனப் புரியவரும். உலகளந்தானாக காட்சிதரும் இறைவன் நாடளந்த செய்திக்குரிய தொடர்பு உருவமாகவும்; அச்செய்தி அவ் உருவத்திற்குத் தொடர்புடைய செய்தியாகவும் தன்மை பெற்றுக்கிடப்பதனை எவரும் இதுநாள் வரை பார்த்தாரில்லை.

நில அளவைச் செய்திகள்

திருவூரகத்தின் கோயில் தவிர, இன்னும் பிறகோயில்களிலும் நில அளவைச் செய்திகள் கல்வெட்டுக் குறிப்புகளாகக் காணப்

படுகின்றன. திருவூறல் (தக்கோலம்) கோயிலிலும், உத்திரமேரூர் வைகுந்தப்பெருமாள் கோயிலும் அவ்வாறு நில அளவுகோல் பற்றிய குறிப்பு கல்வெட்டாக இடம்பெற்றுள்ளது.[23] மேலும், விழுப்புரம் அருகே உள்ள திருவாண்டார் கோயிலிலும் இந்நில அளவிற்குரிய அளவுகோல்கள் குறிப்பிடப்பட்டுள்ளன. புதுக்கோட்டை மாவட்டம் குன்றாண்டார் கோயிலில் உள்ள ஒரு கல்வெட்டு ஒன்பதடிக் கோலால் நிலம் அளந்தமையைக் குறிப்பிடுகிறது. இக்கல்வெட்டு மூன்றாம் குலோத்துங்கனின் 39ஆம் ஆட்சியாண்டான 1217இல் வெட்டப்பட்டதாகும். நிலம் அளத்தலில் பல்வேறு அளவுமுறைகள் கையாளப்பட்டுவந்துள்ளன.

இன்று நாம் 100 குழிகள் கொண்டதை ஒரு 'மா' என்கிறோம். ஆனால் முன்பு 250 குழிகள் கொண்ட நிலமே ஒரு மா எனக்கணக்கிடப்பட்டுள்ளதை கல்வெட்டுகளின் மூலம் அறியமுடிகிறது. முதலாம் பராந்தகனின் லால்குடிக் கல்வெட்டு எண்பிடிக்கோலால் நிலம் அளந்தமையைக் கூறுகிறது. அதாவது அவ் எண்பிடிக்கோலால் ஒரு கோல் ஆழமும், நான்கு கோல் நீளமும், நான்கு கோல் அகலமும் கொண்ட ஒரு சிறு பரப்பு, ஒரு குழி என்ற முறையில் கையாண்டுள்ளனர். இங்கு ஆழமும் அளவிற்காகச் சேர்த்துக்கொள்ளப் பட்டிருந்துள்ளதை உணரலாம். அதாவது இருபரிமாணத்துடனான தரையை ஆழமும் கணக்கிடப்பட்டு முப்பரிமாண அளவுகளுடன் கூறியிருப்பது குறிப்பிடத்தக்கது. அவ்வாறு ஆழமும் முன்னிறுத்தம் பெற்றிருந்ததால்தான் குழி என வழங்கியிருப்பர்போலும்.

கோப்பெருஞ்சிங்கனின் திருவண்ணாமலைக் கல்வெட்டு 13 குழி நிலத்தினை விற்க, 14 அடிக்கோலால் நிலம் அளந்தமையைக் கூறுகிறது. முதலாம் இராசராசனின் ஆலங்குடிக் கல்வெட்டு 16 அடிக்கோலால் அளக்கப்பெற்ற 128 குழிகள் கொண்ட நிலத்தினை ஒரு மா என்கிறது.[24] பொதுவாக 250 குழி கொண்டதே ஒரு மா என்கிற வழக்கில் இது அரிதான அளவாகிறது. மேலும், 1276இல் பதினெட்டடிக்கோலால் பதினாறுக்குப் பதினாறு அளவுள்ள நிலத்தினை ஒரு மாவாகக் கணக் கிட்டுள்ளனர். மாறவர்மன் குலசேகர பாண்டியன் காலத்திய பேழையூர் கல்வெட்டு இருபத்தியிரண்டு அடிக்கோலால் அளந்த 256 குழி கொண்ட நிலமானது ஒரு மாவாகக் கணக் கிடப்பட்டதைக் குறிப்பிடுகிறது.[25] இவ்வாறு நிலம் அளந்த விதம், கையாளப்பட்டுள்ள அளவு, நோக்கத்துடனேயே கல்வெட்டுக்களில் பதிவு செய்யப்பட்டிருந்துள்ளன. ஏனெனில் அளவுகோல்களில் மாறுபாடுகள் இருந்தமை காரணமாகலாம். மீண்டும் அந்நில அளவு தெரிய வேண்டி அல்லது பரிசோதிக்க நேரிடின் முன்பு வரையறுக்கப்பட்டிருந்த குறிப்பிடப்பட்டிருக்கும் அதே பழைய அளவின்படியே அளந்து உறுதிபெறமுடியும்.

இதனால்தான், உலகளந்த பெருமாள் கோயிலின் கருவறைக் கதவுப்பட்டிகையின்மீது நிலம் அளத்தலில் எவ்வாறான அளவு முறை கையாளப்பட்டுள்ளது என்பதனைக் குறியீட்டின் மூலம் உணர்த்தியுள்ளனர் என்பது இனிப் புலனாகும்.

இலக்கியச் சான்று

அளவுகண் டாற்குடங் கைத்துணைபோலு மரசர்புகும்
வளவுகண் டானந்தி மானோதயன்வையந் தன்னின்மகிழ்
தளவுகண் டாலன்ன வெண்ணகை யாற்றமி யேனதுள்ளங்
களவுகண் டார்முகத் துக்கண்க ளாய கயற்குலமே

– 48. நந்திக்கலம்பகம்

வழங்கப்பட்டிருக்கும் இப்பாடல் தலைவனொருவன் தன் தலைவியின் முகவழகினை வர்ணிக்கும் வியப்புச் செய்தி. அவன் அந்நாட்டு வேந்தனின் திறம் கூறித் தலைவியின் அழகினை விமர்சிக்கிறான்.

பாடலின் இரண்டாம் வரியில் முதலாவதாக வந்துள்ள வளவு என்பது வளைவினைக் *(arch)* குறிக்கும். நகரத்தின் நுழைவு மட்டுமே வளைவுடன் அமைத்திருந்த மரபினைத் தாண்டி நாட்டின் எல்லைகளில் நுழைவு வாசல்களை முதன்முதலாக வளைவுகளாக அமைத்திருந்தான் எனலாம். நாட்டின் பரப்பை அளந்து வேலியிட்டுப் பிற நாட்டிற்கும் தம் நாட்டிற்குமான பிரதான நுழைவுகளில் வளைவுகளை அமைத்திட்டான் போலும். இதனால் தான் அரசர்புகும் வளவு கண்டான் என்று குறிப்பிடப்பட்டுள்ளது. இது தவிர, இப்பாடலின் எதுகைகள்; அளவு, வளவு, தளவு, களவு என்று கையாளப்பட்டுள்ளன. முதலிரண்டும் அளவு மற்றும் நிலமளந்தபின் எல்லைகளில் அமைத்த வளைவு என இவற்றினைக் குறித்து ஆகும். பின்னிரண்டும் அகம் சார்ந்த வர்ணனைச் செய்திகளுக்காகக் கையாளப்பட்டுள்ளன. இது தவிர நிலமளக்கப் பயன்படுத்தப்பட்டிருந்த அளவுகோலின் அளவும் நந்தியின் கையளவிலிருந்து பெறப்பட்ட மாத்ராங்குல அளவினையே அடிப்படையாகப் பெற்றிருந்திருக்கலாம். அவ்வாறு கலைஞன் அல்லது அரசன் இவ்விருவரின் கையளவுகளே இங்கு அடிப்படையாகக் கொள்ளப்படுகிற மரபில் இது நிலஅளவை என்பதால் இங்குக் கலைஞனுக்கு வேலையில்லை. ஆதலால், அரசனின் கையளவே மூல அளவாகக் கையாளப்பட்டிருத்தல்வேண்டும்.

மானோதயன்

படைப்புக் கலைஞன் ஒருவன், மரபாய்க் கையாளுகிற, கைத்தல அளவை இப்பாடல் குறிப்பிடுகிறது. கலைஞனின் கை சார்

அளவுகளாக மானாங்குலம், மாத்ராங்குலம் என்ற அளவுகளுடன் சாண் என்கிற அளவும் முன்னிற்பன. மானாங்குலம் என்பது ஓர் அங்குலத்தைக் குறிப்பதாகும். மாத்ராங்குலம் என்பது கலைஞனின் நடுவிரலின் இடைப்பகுதியிலமைந்த இருகணுக்களுக்குரிய நீளமாகும். மாத்ராங்குலம் என்ற வார்த்தையின் பொருள் நோக்குவோமாயின் அதன் முதலாம் வார்த்தையான மாத்ரு என்கிற சமஸ்கிருத வார்த்தை, தாயைக் குறிக்கிறது. அவ்வாறே அங்குலம் என்ற வார்த்தை விரலைக்குறிக்கும். இதனால் கலைஞனின் அல்லது அரசனின் விரற்கணுஇடை அளவை மூல அதாவது தாய் அளவாகக்கொண்டு பிற அளவுகள் கணக்கிடப்பட்டுள்ளன எனலாம். சாண் என்பது ஒரு விரிந்த கையளவின் நீட்சியின் அளவாகும். இது பொதுவாக ஒன்பது அங்குலம் கொண்டதாகும். இதனின் இருமடங்கே (18 அங்குலம்) முழம் எனப்படுகிறது. ஆக அங்குலம், சாண், முழம் என்பன தமிழர் மரபில் நீட்டல் அளவை முறைகள். "அளவுகண் டாற்குடங் கைத்துணைபோலும்" என்ற பாடலின் முதல் வரியில் வரும் குடங்கை என்பது கையின் உட்பகுதி அல்லது உள்ளங்கை என்பதாம். கை சார் அளவுகளைத் தென்னிந்திய மரபு 'தலமானம்' என்கிறது. இதனையொத்த நிலையில் புதிய மேம்படுத்தபட்ட சிறப்பு அளவினை நில அளவையில் புகுத்திய நந்தியை 'மானோதயன்' எனப் புகழ்ந்து சிறப்பிக்கிறது நந்திக்கலம்பகம். இத்தகைய ஓர் ஒழுங்கு முறையில்; நந்தியும் தமது நாட்டின் பரப்பளவை அளந்தான் என்பதாகும். எனினும், இதற்குமாறாக; குடங்கையைப் போன்ற பெரிய அளவுடைய கண்களையுடைய தம் காதலி என ஒருசேரத் தவறாக உரைக்கின்றனர் முன் விளக்கம் கண்ட உரையாசிரியர்கள்.

நந்திவர்மன் தம் நாட்டை அளந்த கணக்கீட்டாளன் என்பதனால் தான் அவன் 'மானோதயன்' எனப்புகழப்பட்டுள்ளான். இதனால்தான் அவ்வளவுகோல் பற்றிய விவரம் ஊரகத்தின் கோயிலில் குறிப்புப் பெற்றுள்ளது. தம்மையே உலகளந்தவனாய் பாவித்திருப்பான் நந்தி. நந்தி இலக்கிய ஆர்வலன். 'பைந்தமிழ் ஆயும் நந்தி' என்கிற சிறப்புப்பெயர் அவனின் இலக்கிய ஆழத்தினை மேலும் புலப்படுத்தும். கலையும் இலக்கியமும் என நுண்புலத்தினராய் பிறந்திருந்த பல்லவரின் எண்ணங்களைக் கலையில் சாத்தியமாக்கிய கலைஞர்களின் பின்புலம் இங்கு சிறிதளவாவது குறிப்பிட்டாதல் வேண்டும்.

கம்மியர் / தச்சர் / ஆச்சாரி / விஸ்வபிராமிணர்

பல்லவர் கருத்தியலை அழகியலில் தோய்த்து ஈடற்றக் கலையாய்ப் படைப்பித்தவர்கள் தமிழ்க்கலைஞர்கள் ஆவர்.

பல்லவர் காலத்திய சிற்பிகளின் பெயர்களைத்தாங்கிய ஒரு கற்பாறையிலான நீர்த்தொட்டி, மாமல்லபுரத்திற்கு அடுத்தமைந்த பூஞ்சேரியில் காணக்கிடக்கிறது. இதில்; கேவாத பெருந்தச்சன், குணமல்லன், பையமிழிப்பான், சாதமுக்கியன், கல்யாணி, திருவொற்றியூர் ஆபாஜன், கொல்லன் சோமன் என்போர் அறியப்படுகின்றனர். (பார்க்க: நிழற்படங்கள் – எண்: 30 – 34)

ஆச்சாரம் மிகுந்தோர் என்பதால் 'ஆச்சாரி' என்கிற தம்மினத்திற்கான சிறப்புப் பெயரைப் பெற்றிருக்கும் இவர்கள் 'விஸ்வப்பிராமிணர்' என அறியப்படுகின்றனர். தம் இனத்திற்கான பட்டர் என்போராக முன்பு அறியப்பட்டிருந்த இவர்களில் பொன்னகை இயற்றுபவர்கள் இன்று திரிபுற்று பத்தர் என்று அழைக்கப்படுகின்றனர். அவ்வாறே ஆச்சாரி என்பது மருவி ஆசாரி என சில பகுதிகளில் வழங்கப்படுகிறது. 'விஸ்வகர்மா' என வட இந்தியாவில் இவர்கள் அறியப்படினும் தமிழகத்திலும் அப்பெயர் மரபு வழக்கத்திற்கு வந்துள்ளது. இன்று இவர்களின் வாழ்க்கைத்தரம் குறைந்துபோயிருப்பினும் இன்னும்கூட பண்பொழுக்கமும் படைப்பாற்றலும் இவர்களிடம் குறைந்தபாடில்லை. இவர்களில் பலர் தாய்மொழி அறிவுடன் சமஸ்கிருத அறிவும் பெற்றிருப்பதைக் காணலாம். இன்று தொழிலாளர்களாகத் தம் திறமறியாதோராய் நலிவுற்றுக் கிடக்கும் இவர்கள் ஒவ்வோரினத்தின் கலாச்சாரப் பின்புலம் விளைவித்த வடிவமைப்பாளர்களாய், பெரிது பங்காற்றிச் சமூகச்சிற்பியராக இடைக்காலத்தில் எழுச்சியுற்றிருந்தனர்.

சோழராட்சியின் போது இவர்கள் மிக உயர்வாகப் போற்றப்பட்டுள்ளனர். கசுவூர் மற்றும் பேரூரில் காணப்படும் கல்வெட்டுகள் அவற்றைக் குறிப்பிடுகின்றன. அவ்வகையில், இவர்களை வரவேற்க விழா, திருமணம் போன்ற நற்சடங்குகளின் போது இரண்டு சங்குகளால் ஒலி எழுப்பவும், பறையொலி எழுப்பிச் சிறப்பிக்கவும் அனுமதிவழங்கப்பட்டிருந்துள்ளது. இன்னும் மேலாக இவர்கள் இரட்டைக் கதவுகளுடன் கூடிய இரண்டடுக்கு மாடி வீடுகளும், மட்டுமின்றி, வீட்டின் முகப்பில் அல்லிப் பூவினால் ஆன இயற்கைத்தோரண நுழைவு அமைத்துக்கொள்ளவும் உரிமை அளிக்கப்பட்டிருந்துள்ளதாக அக்கல்வெட்டுகள் குறிப்பிடுகின்றன.[26]

பாடல் குறிப்பிடும் உலகளந்த செய்தி

'மானோதயன்' என்கிற அளவீட்டுச் சிறப்பிற்குரிய விருது பெயர் நந்திவர்மனின் நிலமளந்த வரலாற்றுச் சிறப்பை எடுத்துக் கூறுவதாய் அமைந்திருப்பதைப் போன்றே பிரிதொரு பாடல் இந்நிகழ்வினை உறுதிசெய்கிறது.

“அன்றிந்நிலம் ஏழும்அளந்தபிரான்
அடலுக்ரம கோபன் அடங்கலர்போல்” [38]

என்ற மற்றுமொரு நந்திக்கலம்பகத்தின் பாடல்; நந்தி உலகளந்ததை உறுதி செய்கிறது. ‘அன்று’ என்பது குறிப்பிட்ட ஒரு காலத்தில் நிகழ்த்திய செயலைக் குறிப்பதாக அமைந்த நிலையில், இந்நிலம் ஏழும் அளந்த பிரான் என்று குறிப்பிடுகிறது. ‘இந்நிலம்’ என்ற சொல்லானது பொருள் மயக்கம் கொள்ளாமல் இருக்கச் சிறப்புச்சுட்டாகக் கையாளப்பட்டுள்ள நிலையில்; நந்தி ஆளும் அவனது பல்லவ தேசத்தினைக் குறிப்பதேயாகும். இதனைத் தவறாகப் புரிந்துகொண்ட உரை ஆசிரியர்கள் இறைவன் ஏழு உலகத்தினை அளந்ததாகக் கருதியுள்ளனர். ‘நிலம் ஏழும்’ என்பது ஒரு நாடு எழுவகைத்தன்மை கொண்டதாய் வகைமைபெற்றதைக் குறிப்பதாகலாம். எனின், அரச, சமூக, புனித அல்லது சமயம் சார்ந்த, விவசாய, தரிசு மற்றும் காடு என்கிற வகைமையாய்ப் புரிந்துகொள்ளலாம். இதுவன்றிப் பல்லவர் காலத்தில் வெள்ளான்வகை, சீவிதம், போகம், காயாவிருத்தி, பிரம்மதேயம், தேவதானம், சாலாபோகம் என நிலங்கள் எழுவகையாகப் பிரித்தாளப்பட்டுள்ளன என்பது குறிப்பிடத்தக்கது. இப்பிரிவு வகைமையே அச்சமகாலப் பாடலில் பிரதிபலித்துள்ளது என்பதே உண்மை. மேலும் ‘அவனிநாரணன்’ என்கிற அவனது சிறப்புப்பெயர் நந்திக்கலம்பகத்தில் ஐந்து முறை குறிப்பிடப்பட்டுள்ள நிலையில் இவன் தரணியை ஆளுகிற நாராயணன் என்ற புகழுக்குரியவனாகிறான்.

பாணர்களின் முரண்பாடு

இரண்டாம் நந்திவர்மனுக்குச் சிற்றரசர்களான பாண மன்னர்கள் பக்கபலமாக இருந்தனர் என்றாலும் மூன்றாம் நந்திவர்மனுடன் அவர்கள் முரண்பட்டிருந்துள்ளனர். இம்முரண் பாடும் விஸ்வரூபச்சிற்பம் அமைத்திட காரணமாக இருந்துள்ளது. இறைவன் உலகளந்த நிகழ்விலும் மூன்றாம் நந்தி நாடளந்த நிகழ்விலும் பாணர் நேரடித்தொடர்பு கொண்டோராக இருந்துள்ளனர்.

நின்றகோலப் பெருமாளுக்குப் பதிலாக உலகளந்தப் பெருமாளை நிறுவியிருப்பது அன்றைய வரலாற்று இயல்பின் படியான உந்துதலாகும். இது சாலப்பொருந்துகிற ஒன்று. முன்பு தந்திக்கு எதிராகக் கிளர்ச்சி செய்தவர்களாகப் பாண அரசர்கள் இருந்துள்ளனர். இதனை மெய்யுறுத்துவதாய்; அவர்களின் பெயர்களும் தந்தியின் பெயர் இணைந்ததாய் இல்லை. மாறாக, அவை சாளுக்கியரின் முழுப்பெயர்களாகவே

உள்ளன. இரண்டாம் நந்திவர்மனின் காலம் வரை, பல்லவர் மேலாண்மையை ஏற்றவர்களாகப் பாண அரசர்கள் காணப் படுகின்றனர். ‘ஜெயநந்திவர்மன்’ என்பது இரண்டாம் நந்தியின் கீழ் அரசாண்ட பாண அரசனின் பெயராகும். இவனது பெயரில் நந்தி இணைந்திருப்பதைக் காண்க.

தமது பிற்பகுதி ஆட்சிக்காலத்தில் முடங்கிக்கிடந்த தந்தியைப் பாணர்கள் உதாசீனப்படுத்தியிருப்பர் போலும். சாளுக்கியரும் வலிகுன்றவே பாணர் தம்மை சுதந்திரராய்ப் பிரகடனம் செய்திருக்கக்கூடும். எனினும், விஜயாதித்யன் விமலாதித்யன் என்ற பெயர்களுடைய பாண அரசர்கள் மூன்றாம் நந்திவர்மனின் சமகாலத்தியர் ஆவர். அவர்களின் பெயர்கள் கீழைச்சாளுக்கியரின் பெயர்களாக இருப்பதைக் காண்க. இதனால் தம் தந்தை காலத்தில் பிணக்குற்றிருந்த பாண மன்னர்கள் கீழைச்சாளுக்கியரிடம் கட்சி தாவினர் போலும். இந்நிலையில் நந்தி, புதிய வேந்தனாக அரசேற்ற நிலையிலும் எதிர்ப்பைக் காட்டியோராய்ப் பாணர்கள் வீம்புற்றிருந்திருக்கலாம். இதனால் நந்தி அவர்களின் மீது போர் தொடுத்து அடக்கி பணியச்செய்தான். அவ்வாறு அவர்களைத் தம் நாட்டின் கீழ் அடங்கச்செய்த பெருஞ்செயலும் இப்போது நந்தியின் தற்குறிப்பேற்றக் கருத்துடன் மிகச்சரியாகப் பொருந்துகிறது. இறைவன் விஷ்ணு, முன்பு வாமனனாகப் பாண அரசன் மாவலியின் தலையில் மூன்றாம் அடியை அளந்தான் அதைப் போன்றே, இன்று; ‘அவனிநாரணன்’ என்ற சிறப்புப் பெயர்கொண்ட மூன்றாம் நந்திவர்மன்; இன்றைய பாண அரசினைத் தம் கீழ்க்கொணர்ந்தான் என்பது உள்ளீடாய் அரூபம் கொண்டிருக்கும் தற்குறிப்பேற்றமாகும். இது அலாதியாகி நிற்கும் இரட்டுற மொழிந்த ஆளுமையாகும்.

பெறப்பட்டுள்ள இம்முடிவுகள் நமது கருதுகோளுக்கு வலிமை சேர்த்திடும் நிலையில், முன்பு நந்திவர்மனால் எழுப்பப்பெற்ற நின்ற கோலத்துடனான திருவூரகத்தின் கோயில் மீள் திருத்தம்பெற்றுக்கொண்டதாகிறது. அவ்வாறு மறுதிருத்தம் செய்த மூன்றாம் நந்தி, அதில் நடந்த கோலத்துடனான பெருமாளின் சிற்பத்தை நிறுவினான். அச்சிற்பம் பத்து அடி உயரம் கொண்டு அமைக்கப்பட்டிருத்தற்கூடும். அன்றைய காலகட்டத்தில் விஸ்வரூபத்தினை புலப்படுத்த அவ்வுயர அளவே போதுமானதாக இருந்திருக்கும். இதற்கு முன்பாக ராஜசிம்மன் எழுப்பிய பாடகத்தின் பெருமாள் கோயில் அத்தகைய உயரத்துடன் அமைந்த சிற்பத்துடனானதே. அச்சிற்பமும் விண்ணெடியம் என்கிற விஸ்வரூபச் சிற்பமேயாகும்.

ஆய்வு தந்த முடிவுகள்

1. கிடந்த கோலத்துடனான பழம்பெரும் திருவெஃகாவின் கோயில் புணரமைக்கப்பட்ட நிலையில் மேலும் அதில் இருந்த, நின்ற கோலத்திற்கான இரு துணைக்கோயில்கள் அமைக்கப்பட்டிருந்தன. அவ்வாறு அமைத்தவன் ராஜசிம்மன் ஆவான்.

2. இருந்த கோலத்துடனான தனித்ததோர் கோயிலைப் பாடகத்தில் எழுப்பினான் ராஜசிம்மன். எழுப்பிய ஆண்டு: 705 - 710 CE.[27] *முதன்முதலாக இக்கோயிலைப் பாடிய ஆழ்வார்: பூதத்தாழ்வார்ஆவார்.*

திருப்பாடகத்தின் கோயிலெழுப்பப் பின்னின்ற காரணம்:

2.1 தொன்மப் பின்னணி: ஜனமேஜெயனுக்குக் கிருஷ்ணர் காஞ்சிப் பாடகத்தில் காட்டியதாகக் கூறப்படுகிற விஸ்வரூபம்.

2.2. அறியாமல் விடப்பட்டிருக்கும் வரலாற்றுப் பின்னணி:

சாளுக்கியரை முறியடித்து ஆசிய நாட்டின் பெரும் பேரரசனாக வீற்றிருந்த அப்பெரும் வலிமையைக் கொண்டாட எழுப்பிய குறியீட்டு உருவத்துடனான ஒரு நினைவுச் சின்னம்; முழுமுழுக்க வழிபடுத் தலமாய் – எனினும் தற்குறிப்பேற்றத்துடன்.

3.மற்றுமொருப் புதிய கோயிலை நின்ற கோலத்துடன் தனித்த கோயிலாக ஊரகத்தில் அமைத்தான் இரண்டாம் நந்திவர்மன். எழுப்பிய ஆண்டு: 747 – 748 – என்று கணிப்பிடலாம்.

திருவூரகத்தின் கோயில் எழுப்பப் பின்னின்ற காரணம்:

சாளுக்கியனால் நாடிழந்தவன் மீண்டு; தகுதியுற்றவனாய், நாடடைந்து பேரரசனாய் உயர்ந்து நின்றமை.

4.மூன்றாம் நந்திவர்மன் தெள்ளாற்றுப்போரில் அடைந்த வெற்றியினால் தம் தலைநகரத்தினைத் தக்கவைத்துக் கொண்டான். மேலும் பல போர்கள் புரிந்து இழந்த பகுதிகளையெல்லாம் மீட்டு மீண்டும் வலிமை கொண்ட பல்லவப் பேரரசினை நிறுவினான். இத்தகைய நிலையை அடைந்த நிலையில் தம் நாட்டின் பரப்பளவை வரையறை செய்தான். இதனைக் கொண்டாட எழுப்பிய தற்குறிப்பேற்றக் கோயிலே திருவூரகத்தின் உலகளந்தப்

பெருமாள் கோயிலாகும். எழுப்பிய ஆண்டு: 853 – 858க்கு இடைப்பட்ட ஆண்டுகளில் போர் நிகழ்ந்திருந்த நிலையில் போருக்குப்பின் எட்டு ஆண்டுகள் எனக் கணக்கிட்டுக் கொண்டால் 861 – 866 ஆகிய ஆண்டுகளுக்கிடையிலே தான் திருவூரகத்தின் கோயில் மூன்றாம் நந்திவர்மனால் உலகளந்தான் சிற்பத்துடனான திருத்தப்பட்ட கோயிலாக மாற்றம்பெற்றிருந்துள்ளது.

காரணப்பின்னணி

1. வழக்கமான உலகளந்தானுக்குரிய தொன்மம்
2. மேற்குறிப்பிட்டுள்ள தலைநகர் தக்கவைப்பு
3. பேரரசாக மீண்டும் உயர்வுறுதல்
4. அவ்வுயர்வின் காரணமாய் நாடளந்தமை போன்றனவாகும்.
5. பாணர் ஒடுக்கப்பட்டமை

மூன்று கோயில்களும்
சோழர் ஆட்சியில் பெற்ற மாற்றங்கள்

நிருபதுங்கன்வரை பல்லவராட்சி பேரரசு நிலையிலேயே இருந்திருந்தது. எனினும், அபராஜிதவர்ம பல்லவனின் திருப்புறம்பியப்போர் பல்லவ நாட்டினைச் சோழர் கைப்பற்றிக் கொள்ள வகைசெய்தது. பின் பல்லவன் கம்பவர்மன் காஞ்சி புரத்தைச் சுற்றியுள்ள சிறு பகுதிகளை ஆண்டவனாக அறியப் படுகிறான். இவனுடன் பல்லவர் ஆட்சி முடிவுபெற்றுக் கொண்டது.

பல்லவ நாடு சோழப்பேரரசின் கீழ்...

முதலாம் இராசராசன் மற்றும் முதலாம் இராசேந்திரன் போன்ற ஈடிணையற்ற மாபெரும் வேந்தர்களைப் பெற்றுத் தனித்துவ வரலாறு பெற்றுக்கொண்டது சோழவம்சம். பல்லவர் போன்றே தூரக்கிழக்கு நாடுகளையும் தம் ஆளுமைக்குக்கீழ் உட்படுத்தி வலிமையும் வளமையும் பெற்றிருந்தது சோழப்பேரரசு. தம்முன்னோர்களின் பழைய சோழ நாட்டினை பல்லவர்களிடமிருந்து மீட்டுக்கொண்ட சோழர்கள் அவர்தம் பழம் மரபின் படியே காஞ்சிபுரத்தை இரண்டாம் தலைநகராக்கிக் கொண்டனர்.

வீரராசேந்திரனின் மகனான ஆதிராசேந்திர சோழனின் மறைவிற்குப்பின் அரசாள, முதன்மை மரபிலிருந்து ஆளில்லாத

நிலையில்; தாய்வழி உறவின் மரபிலிருந்து வந்த முதலாம் குலோத்துங்கன் *(1070 - 1120 CE)* சோழ அரசனாக முடி சூட்டிக்கொண்டான். இதற்கிடையேயான காலத்தில் நாட்டில் அமைதியின்மையும் குழப்பமும் பரவின. முன்பு சோழரால் கைப்பற்றப்பட்டிருந்த பல பகுதிகள் இப்போது உரியோர் அல்லது பிறரால் மீட்கப்பட்டிருந்தன. இதனால் வலிகுன்றியும் பரப்பளவும் குறைந்த நிலைக்குத் தள்ளப்பட்டிருந்தது சோழப்பேரரசு. எனினும், இவ்வாய்ப்பினைத் தவறவிடாத பாண்டியர் தம்மைச் சோழர் பிடியிலிருந்து விடுவித்துக் கொண்டனர். தமது மண்டலத்தை ஐந்து பகுதிகளாகப் பிரித்து ஐந்து அரசர்களாக ஆளத்தொடங்கினர்.[28]

குலோத்துங்கன் சோழ அரசனாகப் பதவியேற்ற பின், பொறுமையுடன் படையைப் பெருக்கி இழந்த மண்டலத்தை மீண்டும் சோழ நாட்டிற்குள் உட்படுத்த பாண்டியர் மீது படையெடுத்தான். இதனை அவனின் "புகழ் சூழ்ந்த புணரி யகழ்சூழ்ந்த புவியில்..." எனத் தொடங்கும் மெய்க்கீர்த்தி குறிப்பிடுகிறது. அவனது மெய்கீர்த்திகளில் இது ஒன்றே மிக நீண்டமைந்த நிலையில் அதன் 49ஆம் வரி தொடங்கி 53ஆம் வரி வரை இச்செய்தி எடுத்துரைக்கப்பட்டுள்ளது. பாடலடிகள் பின்வருமாறு:

> வடகடல் தென்கடல் படர்வது போலத்
> தன்பெருஞ் சேனையை யேவிப் பஞ்சவர்
> ஐவரும் பொருந போர்க்களத் தஞ்சி
> வெரிநளித் தோடி அரணைனப் புக்க
> காடறத் துடைத்து...[29]

அவ்வாறு, அவ்வைந்து அரசர்களும் குலோத்துங்கனின் தாக்குதல் மிகக்கொடூரமாக இருந்த நிலையில் உயிர் பிழைக்கக் காட்டுக்குள் ஓடி ஒளிந்தனர். எனினும் விடாது துரத்திய சோழவேந்தன் அவர்கள் புகுந்த காடுகளையும் அழித்துப் பாலை நிலத்திற்குத் துரத்தியடித்தான். இதுபோன்றேயான மற்றொரு போரில் சேர அரசர்களும் தோற்கடிக்கப்பட்டனர். ஆயினும், சேர நாட்டினை நேரடியாட்சியின் கீழ் உட்படுத்தாமல் அவர்களைத் தம் கீழ் நிற்கும் சிற்றரசர்களாக்கித் திறை செலுத்தச் செய்தான்.

இவ்வாறாக, பொறுப்பேற்றதிலிருந்து ஓயாது முனைவு கொண்டவனானான் குலோத்துங்கன். கட்டமைக்கப்படவேண்டிய அடிப்படைப்பணிகள் அவை. மன்னர்களைத் தம் கீழ்ப்பணியச் செய்திடத் தொடுத்த போர்களும்; இழந்த நிலங்களுக்காகத் தொடுத்த போர்களும்; மேலாண்மையை விடுவித்துக்கொண்ட

பிற அரசுகளை மீண்டும் தம் கீழ்நிறுத்த இட்ட போர்களும் என நாற்றிசையிலும் முயங்கிக்கிடந்துள்ளான் பரபரப்பாக.

இராசேந்திரன் எனும் எதிர்காலக் குலோத்துங்கன்

கீழைச்சாளுக்கிய நாடாக அறியப்படுவது வேங்கி நாடாகும். இதன் அரசனான இராசராச நரேந்திரன் இறந்துவிட்டான். இவ் இறப்பிற்குப் பின் அவனது மகன் இராசேந்திரனால் ஆட்சிக்கு வரமுடியவில்லை. அவனே ஆட்சி பொறுப்பிற்கு உரியவன். எனினும், இவனது சிற்றப்பனான ஏழாம் விஜயாதித்யன் மேலைச்சாளுக்கியனின் உதவிகொண்டு வேங்கி நாட்டினைக் கைப்பற்றிக்கொண்டான். இத்தனைக்கும் இவன் இராசராச நரேந்திரனுக்கு உடன் பிறந்தவனில்லை. ஒரே தந்தைதான் எனினும் அன்னை வேறானவள். இதனால், துரத்தியடிக்கப் பட்டான் இராசேந்திரன் என்கிற எதிர்காலக் குலோத்துங்கன். இதனால், அரசுரிமை இழந்து துரோகம் இழைக்கப்பட்டவனாய் அலைந்து திரிந்தவனின் இளமைக்காலம் சோதனைகளையும் சாதனைகளையும் சுமந்திருந்தது. ஆயினும், அவன் சும்மாயிருந் தானில்லை. வீரம்செறிந்த சோழமரபினன் என்பதால் என்னவோ தனியொருவனாகப் படையுடன் வடதிசை சென்றான். சென்றவன், மத்தியப்பிரதேசத்தில் இடம்பெற்றிருந்த குறுநில நாடான சக்ரகூடத்தின் அரசன் தாரவர்ஷனை வீழ்த்தி, அவனின் சில பகுதிகளைக் கைப்பற்றினான். அவ்வகையில் அவன் ஆண்ட அச்சிறு நாடு 'பூர்வதேசமாக' இருக்கலாம் என வரலாற்றினர் ஊகித்திருந்தனர்.[30]

யாரிந்தக் குலோத்துங்கன்?

முதலாம் இராசராசனுக்கு இராசேந்திரன் (முதலாம்) என்கிற மகனும் குந்தவை என்கிற மகளும் இருந்தனர். குந்தவையைக் கீழைச்சாளுக்கிய மன்னனான விமலாதித்யனுக்கு மணம்முடித்தனர். இவர்கள் இருவருக்கும் பிறந்த மகன் ராசராச நரேந்திரன் ஆவான். இதனால், இவனுக்குத் தாய்வழிப்பாட்டனான இராசராசனின் பெயரிடப்பட்டிருந்தது. இராசராச நரேந்திரனுக்கு முதலாம் இராசேந்திரன் தாய்மாமன் ஆகிறான். இதனால் தமது தாய்மாமனின் மகளான அம்மங்காதேவியை இராசராச நரேந்திரன் மணம் செய்துகொள்கிறான். அவ்வகையில் இவ்விருவருக்கும் மகனாகப் பிறந்தவனே முதலாம் குலோத்துங்கன். இதுமட்டுமின்றி குலோத்துங்கன் மணம் செய்துகொண்ட மதுராந்தகி என்பவள் இரண்டாம் இராசேந்திரதேவனின் மகளாவாள். இரண்டாம் இராசேந்திரதேவன் முதலாம் ராசேந்திரனின் மகனாவான்.

இதனால், குலோத்துங்கன் முதலாம் ராசராசனுக்கு மகள் வயிற்றுக் கொள்ளுப்பேரனாகவும்; முதலாம் இராசேந்திரனுக்கு மகள்வயிற்றுப்பேரனாகவும்; இரண்டாம் இராசேந்திரதேவனுக்கு மருமகனாகவும் என உறவுறுகிறான். அவ்வாறு முற்றிலும் சோழர் குலமரபையே சுற்றிச்சுற்றி வருகிற குருதியுறவைக் கொண்டவனாக முதலாம் குலோத்துங்கன் சிறப்புறுகிறான் என்பது குறிப்பிடத்தக்கது.[31]

குலோத்துங்கனின் கடும் முயற்சிகளுக்குப் பின் அவன் தம் நாடு மீண்டும் வலிமை கொண்ட பெரும்பேரரசாக மாற்றம் பெற்ற நிலையில்; நீடித்த அமைதி நாட்டில் நிலவத்தொடங்கியது. புறக்கட்டமைப்புகள் சீர்பெற்ற நிலையில் சமூக உட்கட்டமைப்பின் பணிகளில் கவனம் செலுத்தியவனாய்ச் சமயத் திருப்பணிகளைப் பெரிதும் செய்தான். இவன் திருப்பணி செய்த கோயில்கள் ஏராளம். பெரும்பாலான கோயில்கள் குலோத்துங்கனின் கல்வெட்டுகளைத் தாங்கி நிற்கின்றன. “ஸ்வஸ்திஸ்ரீ புகழ்மாது விளங்க சயமாது விரும்ப நிலமகள் நிலவ மலர்மகள் புணர ...” என்ற தொடக்க வரிகளுடனான கல்வெட்டுச் செய்திகளைப் பெரும்பாலான கோயில்களில் காணவியலும். இவை அவனின் நாற்பத்தியாறாம் ஆட்சியாண்டிற்குரிய மெய்க்கீர்த்தியின் தொடக்க வரிகளாக அமைபவை.

குலோத்துங்கனின் காஞ்சிபுரம்

குலோத்துங்கன் பல திருப்பணிகளைச் செய்தவனாய் அறியப்படுகிற நிலையில் தம் இரண்டாம் தலைநகரான காஞ்சி புரத்திலும் அவனது பணிகள் நிறைந்திருந்தன. அனேகதங்காவதம், அட்டபுயக்கரப் பெருமாள் கோயில் போன்றவை, அவன் காலத்தில் திருப்பணி செய்யப்பட்டவையாயுள்ளன. கச்சபேஸ் வரர் கோயிலின் முதன்மைக் கட்டுமானங்கள் குலோத்துங்கன் கலைப்பாணியில் அமைந்த ஒன்றாகவே காணப்படுகிறது.

பல்லவர்போன்று சோழர்கள் மணற்பாறைக் கற்களைக்கொண்டு கோயில்கள் எழுப்பவில்லை. மாறாகத் தொடக்கத்திலேயே கடினப்பாறையைக் கலைப்பணிக்கான ஊடகப்பொருளாகக் கையாண்டனர். குலோத்துங்கனின் சீரியத் திருப்பணித் திட்டத்தின் கீழ் பல கோயில்கள் புணரமைக்கப்பட்டிருப்பினும் சில கோயில்கள் முற்றிலும் சிதிலமடைந்த நிலையில் கைவிடப்பட்டிருந்தன. எனினும், அவற்றின் மூலவர் சிற்பங்கள் பிற கோயில் வளாகங்களில் சிறு சிறு கோயில்களில் வைத்து வழிபாடு செய்யப்படலாயின. அவ்வகையில், முன்பு இராஜசிம்மனால் அமைக்கப்பட்டிருந்த திருவெஃகாவின் இரு துணைக்கோயில்கள் மிகுந்த இடிபாடு

களுடன் புணரமைக்க முடியாது கிடந்துள்ளன. இப்பெரும் இடிபாடுகளுக்குக் காரணமாக அவை பழைய மரபின்படி செங்கற்களால் எழுப்பப்பட்டிருந்திருக்கலாம். அவற்றின் அமர்ந்த மற்றும் நின்ற கோலத்தின் சிற்பங்கள்; திருவூரகம், காமாட்சி அம்மன் கோயில் அல்லது ஏகாம்பரேஸ்வரர் போன்ற இன்ன பிற கோயில் வளாகங்களில் வைப்பிடம் கண்டிருக்கலாம். அல்லது சில தனித்த கோயில்களின் சிற்பங்கள் அக்கோயில்கள் இடிந்த நிலையில் மேற்கூறப்பட்டுள்ள கோயில்களில் துணைக்கோயில்களாக எழுப்பப்பெற்று நிறுவப்பெற்றிருக்கலாம்.

திருவூரகத்தின் துணைக்கோயில்கள்

திருவூரகத்தில் அமைந்துள்ள திருக்காரகம் மற்றும் திருநீரகம் என்கிற சிறு துணைக்கோயில்கள் இரண்டும், இடிந்து சிதைந்த துணைக்கோயில்களின் மூலவர் சிற்பங்களை மூலவராகப் பெற்றுள்ளன. அவ்வாறு இடிந்து சிதைந்த அவற்றின் கோயில் களாகத் திருவெஃகாவின் துணைக்கோயில்கள் இரண்டினைக் குறிப்பிடலாம். இச்சிற்பங்களுக்குரிய வலது கரங்கள் அபயமுத்திரை காட்டுகிற நிலையில் அவற்றின் இடதுகரங்கள் இடுப்பில் கைவைத்திருப்பதாய் அமைந்திருக்கலாம். சிற்பங்கள் ஆடை அலங்காரங்களுடன் காணப்படுவதால் இடது கரத்தினைத் தெளிவாகக் காண இயலவில்லை. ஒருவேளை அது வரதமுத்திரையுடன் தோற்றப்படுத்தப்பட்டிருந்தால் அதனை மறைத்திருக்கமாட்டார்கள் என்றே அறியலாம். ஏனெனில், இருகரங்களும் முக்கியமான முத்திரைகளைக்காட்டி நிற்கும் நிலையில் ஆடை அலங்கரிக்கும் அர்ச்சகர்கள் நிச்சயம் எவ்வொரு கைகளையும் மறைக்கமாட்டார்கள் என்று நம்பலாம். மட்டுமின்றி, அவ்வாறு நின்ற சிற்பத்தின் இடது கையானது ‘வழங்கல்’ எனும் வரதமுத்திரையுடன் அமைப்பதற்குப் பதிலாக ‘அரையூன்ற’ அமைதியுடன் அமைக்கப்படுவது பல்லவர் மரபாக இருந்துள்ளது. சமஸ்கிருதத்தில் இவ் அமைதியினை ‘கடி ஹஸ்தம்’ என்பர்.”

இதனால், ராஜசிம்மன் காலம் வரை அல்லது அதற்குப் பின்னரும் கூட வரதமுத்திரை வரையறுக்கப்படவில்லை என்றே தெரிகிறது. காப்பு என்கிற வலது கரத்திற்கான அபயமுத்திரை மட்டுமே அன்று பெரும்பான்மை பெற்றிருந்துள்ளது. மேலும், வெகு காலத்திற்கும் முன்பாக, இருகரங்களுடனேயே கடவுட் படிமங்கள் வடிவமைக்கப்பட்டிருந்துள்ளன. பின்னர், அவ்விருகரங்களின் பின்புறமாக மற்றுமிரு கரங்களும் வழங்கப்பட்ட நிலையில் அவற்றில் அவற்றிற்குரிய ஆயுதங்கள் வழங்கப்பட்டிருந்தன. பின்னரும், குணங்களின் அடிப்படையில் கர நிர்ணயம் அமைந்த

நிலையில் அதிகபட்சமாக ஐம்பது கரங்கள் கொண்ட கடவுளர் படிமங்களும் பரிணாமம் பெற்றிருந்ததை நாம் பார்க்க முடிகிறது.

திருநீரகம் மற்றும் திருக்கார்வானத்தின் பெருமாள் சிற்பங்களின் இடது கரங்கள் ஒரே மாதிரியாக இடுப்பில் கையூன்றி அமைக்கப்படும் அரையூன்ற அமைதியிலேயே தோற்றம் பெற்றிருத்தற்கூடும். எனினும், பலமுறை முயன்றும் அச்சிற்பங்களின் இடது கரத்தின் அமைதி அல்லது அவை தாங்கியுள்ள ஆயுதங்களைப்பார்க்க இயலவில்லை. ஆயினும் அக்கோயில்களின் மண்டப முகப்பில் அமைக்கப்பட்டிருக்கும் சுதைச்சிற்பம் அவற்றின் மூலவர் சிற்பங்களையே பொதுவாகப் பிரதியாகக் கொண்டிருக்கும் என்கிற உறுதியில் திருநீரகம் மற்றும் திருக்கார் வானப்பெருமாளின் இடது கரங்கள் கதாயுதம் தாங்கியுள்ளன என்பது குறிப்பிடத்தக்கது.

திருவெஃகாவின் துணைக்கோயிற் சிற்பங்கள் இரண்டும் திருவூரகக் கோயில் வளாகத்தில் வைப்பிடம் பெற்றுள்ளன. மிகச்சரியாக இடத்தெரிவு செய்யாமலும்; வைக்கப்படுகிற முதன்மைக் கோயிலின் அமைவிற்கு ஏற்றவாறு சமப்படாமலும் முன்னும் பின்னும் முரண்படுகிற இட அமைவில் அச்சிற்பங்களுக்குரிய கோயில்கள் தென்படுகின்றன. எனினும், இடமாற்றம் கண்டிருக்கும் அவற்றின் இயற்பெயர்கள் மாற்றப்படாமல் வழங்கப்பட்டு வருகின்றன. அவ்வாறு உற்று நோக்குகிற நிலையில் அவற்றில் இன்னமும் மூச்சைப்பிடித்துக்கொண்டு உயிருடனிருக்கும் வரலாற்று உண்மைகள் சில அரிய செய்தியைத் தக்கவைத்துள்ளன. எடுத்துக்காட்டாக, குறிப்பிடப்பட்டுள்ள திருவூரகத்தின் உலகளந்த பெருமாள் கோயில் வளாகத்தில் இடம் பெற்றிருக்கும் திருநீரகம் எனும் சிறு கோயில், நின்ற நிலையிலான பெருமாளை மூலவராகப் பெற்றுள்ளது. எனினும், இது சம்பந்தமேயில்லாமல் தெற்குநோக்கியவாறு அமைக்கப்பட்ட அவசர கோயிலாகவே உள்ளது. *(பார்க்க: நிழற்படம் – எண்: 19)* இக்கோயிலின் எதிரில் மற்றுமோர் சிறு கோயில் காணப்படுகிறது. அது திருக்கார்வானம் என வழங்கப்படுகிறது. *(பார்க்க: நிழற்படம் – எண்: 20)* இதன் மூலவர் 'திருக்கார்வானப்பெருமாள்' ஆவார். இப்பெருமாள் தம் வல இடமாக இரு தேவியர் சிற்பங்களுடன் காணப்படுகிறார். இத்திருக்கார்வானப்பெருமாள் முன்பு ஏதோ ஒரு பெருங்கோயில் வளாகத்தின் ஒரு துணைக்கோயிலுக்குரிய மூலவர் சிற்பமாக இருந்திருக்கலாம். அல்லது பல்லவர்களால் அமைக்கப்பட்டிருந்த தனித்த கோயில் ஒன்றின் மூலவர் சிற்பமாகவே இருந்திருக்க வாய்ப்புண்டு. இவ்விரண்டு துணைக் கோயில்களும் எதிரெதிரே அமைந்திருப்பினும் கூட ஒரே நேர்க்கோட்டில் அமைந்தவையாயில்லை.

மேலும், 'நீரகத்தான்' என்று வழங்கப்படுகிற இப்பெருமாளின் பெயர்; இயற்பெயராகவே இருப்பதை அறியலாம். என்றால் 'நீரகம்' என்பது நிச்சயம் திருவெஃகாவினையே குறிப்பதாகலாம். வேகவதியாற்றின் நீர்த்துறையாக திருவெஃகா இருந்ததனால் தான் அது 'நீணகர்வாய்' என ஆழ்வார்களால் குறிப்பிடப்பட்டிருந்தது. நீணகர்வாய் என்பது நீண்டு கிடக்கும் நகரத்தின் நுழைவு வாயில் எனப் பொருள்படும். திருவெஃகா என்பது பின்வழக்கப்பெயர்.

மேலும், திருக்காரகம் எனும் உள்ளடங்கி அமைந்துள்ள வடக்கு நோக்கிய கோயிலானது அமர்ந்த நிலையுடனான மூலவரைப்பெற்றதாகும். (பார்க்க திருக்காரகம் கோயில்: நிழற்படம் – எண்: 21) இச்சிற்பமும் திருநீரகத்தின் நின்ற நிலை சிற்பமும்தான், நம் கோணத்தின் படி முன்பு திருவெஃகாவின் துணைக்கோயில்களில் நிறுவப்பெற்றிருந்துள்ளன. இத்திருக்காரகத்தின் மூலவர் சிற்பம் அமர்ந்த கோலத்துடனானதாகும். இதன் பின்னணியில் ஐந்துதலை கொண்ட நாகம் குடையாய் நிழற்சேவை செய்கிறது.

அவ்வகையில், திருவெஃகாக் கோயிலில் கிடந்த கோலப் பெருமாளின் தொடர்ச்சியைப் பிரதிபலிக்கும் வகையில்; அமர்ந்த, நின்ற கோலத்துடனான பெருமாளுக்குரிய துணைக்கோயில்கள் இரண்டை எழுப்பியிருந்தான் ராஜசிம்மன். பின்னர் அவ்விரு கோயில்களும் பழமையுற்று இடிந்தழிய அவற்றின் மூலவர் சிற்பங்கள் திருவூரகக்கோயிலில் இடமாற்றம் செய்யப்பட்டிருந்தன. அவையே மேற்குறிப்பிடப்பட்டுள்ள திருநீரகத்தான் (நின்ற பெருமாள்) என்றும் திருக்காரகத்தான் (அமர்ந்த பெருமாள்) என்றும் இன்று அறியப்படுகிற துணைக்கோயில்களாகும். திருநீரகத்தான் என்பது நீரிலுறையும் பெருமான் என்பதாகும். அவ்வாறே திருக்காரகத்தான் என்பது நெருப்பிலுறைபவன் என்ற பொருளில் வழங்கப்படுவதாகலாம். இதன் பின்னணியில் சில அரியவைகள் பொதிந்துகிடப்பதாகவே தெரிகிறது. இதனை ஆய்விடுவோமானால் ஆய்வு விலகி வேறு பாதைக்குள் (கிளை) நுழையும் என்பதால் தவிர்க்கப்படுகிறது.

அமர்ந்த கோலத்துடன் இருக்கும் திருக்காரகத்தின் பெருமாள் பாம்பணையிலிருந்து துயிலெழுந்த நிலையில் அமர்ந்தவராய்த் தோற்றப்படுத்தப்பட்டுள்ளார். இதனால்தான் அதன் தொடர்ச்சியை மெய்யுறுத்துவதாய் முன்பு படுக்கையணையாகி இருந்த அப்பாம்பு இப்போது அமர்ந்திருப்பதற்கு இணங்க பின்புறமாக எழும்பி நின்று குடை விரித்திருக்கிறது. அமர்ந்திருந்ததின் அடுத்தத் தொடர்ச்சி செயல்படுவதற்கானது என்கிற நிலையில் பாம்பு எழுந்து நிற்பதாக அமைகிறது. நிற்றல், இயக்கத்திற்கான – முன் நிலை. இந்நிலையில் இனி பாம்பிற்கு

வாய்ப்பில்லை. இதனால்தான் திருநீரகத்தின் பெருமாள் வெறுமனே நிற்கிறார்.

அவ்வாறு கிடந்த, இருந்த, நின்ற என்ற ஓர் ஒழுங்கின் படியான அமைதி. அடிப்படையாகி நிற்க, சோழர் இவ் அச்சிற்கான மூன்று புள்ளி களாக இம்மூன்று கோயில்களை முன்மொழிந்ததாகத் தெரிகிறது. இதனால் அம்மூன்று கோயில்களையும் தாமே திருப்பணி செய்துள்ளான் குலோத்துங்கன். இவை புதியதாக கட்டப்பட்டதாகவும், புணரமைக்கப்பட்டதாகவும், மாற்றித் திருத்தியமைக்கப்பட்டவையாகவும் முறையே உள்ளன.

குலோத்துங்கனின் திருத்தியமைக்கப்பட்ட திருப்பாடகம்

குலோத்துங்கனின் திருப்பணித் திட்டவரிசையில் இக்கோயில் சிறப்புக்கோயிலாக எடுத்துக்கொள்ளப்பட்டுச் செப்பனிடப்பட்டுள்ளது. தாமும், தமது முன்னோர்களின் பேரரசும் கெடுபலன் விளைந்த ஒரு காலச்சூழலில் சிக்க; அதனைப் பொறுப்பேற்று நிலை நிறுத்தியவன், குலோத்துங்கன். பின், ஒரு காலகட்டத்தில் பெயரளவில் மட்டுமே பேரரசு என்றில்லாமல் உண்மையாகவே உரிய கட்டமைப்புகள் சீரமைக்கப்பட்டு மீண்டும் பழையபடியே விசாலமுற்று அதன் எல்லைகளைத் தொட்டது சோழப்பேரரசு. இதனால், மூன்றாம் நந்திவர்மனைப்போன்றே முனைந்து தீர்வு கண்டவனாய்க் குலோத்துங்கன் காணப்படுகிறான். இராஜசிம்மனைப் போன்றே குலோத்துங்கன் தமது ஆட்சிக்காலத்தில் ஆசிய நாடுகளிடையே வலிமைபொருந்திய பெரும்பேரரசனாக வீற்றிருந்துள்ளான். இலங்கையை மட்டும் இவனால் மீண்டும் மீட்க இயலவில்லை.

குலோத்துங்கனுக்கு ஆண்மக்கள் எழுவரும் பெண்மக்கள் இருவரும் இருந்தனர். சுத்தமல்லியாழ்வார், அம்மங்கையாழ்வார் என்பன அப்பெண்மக்களின் பெயர்களாகும். குலோத்துங்கன் சுத்தமல்லியாழ்வாரை இலங்கை அரசனான வீரபாகுதேவனுக்கு மணம்முடித்து நட்புறவு மேற்கொண்டிருந்துள்ளான் என சதாசிவப் பண்டாரத்தார் கூறியிருப்பது தவறாகும்.[32] இதற்கான அடிக்குறிப்பாகப் பண்டாரத்தார் ஒரு கல்வெட்டுச் செய்தியினைத் தந்திருக்கிறார். இலங்கை அரசன் வீரபாகுவின் எட்டாவது ஆட்சியாண்டின் கல்வெட்டாக அமைந்துள்ள நிலையில் அது மிகத்தெளிவாகப் பாண்டியனார் வீரப்பெருமாளின் நம்பிராட்டியான குலோத்துங்கச்சோழதேவர் திருமகளார் சுத்தமல்லியாழ்வார் எனக்குறிப்பிடுகிறது.[33] பண்டாரத்தார் சுத்தமல்லியை, சூரியவல்லி எனத்தவறாக நீலகண்ட சாஸ்திரி குறிப்பிட்டுள்ளதாகக் கூறியிருக்கிறார். சாஸ்திரியின் இரு

புத்தகங்களிலும் அவ்வாறு குறிப்பிடப்படவில்லை. சாஸ்திரி; மிகச்சரியாகச் சுத்தமல்லியைப் பாண்டியர் குலத்தின்வழி இளவரசனான வீரப்பெருமாளுக்கு மணம் முடித்ததையே குறிப்பிட்டுள்ளார்.[34]

சீன நாட்டின் நட்பும் குலோத்துங்கனுக்கு இருந்துள்ளது. தம்மால் அனுப்பிவைக்கப்பட்ட எழுபத்தியிரண்டு பேர் கொண்ட அரசப்பிரதிநிதிக் குழு ஒன்று சீன அரசவைக்கு 1077ஆம் ஆண்டில் சென்றடைந்துள்ளது. இக்குழு சிறப்பு வணிகக் குழுவாக அமைந்த நிலையில் மிக அதிகப்பலனை அடைந்து 81,800 செப்புக்காசுகளின் மாலையை வருமானமாகப் பெற்றது. இவை தவிர அரிய பொருட்கள் பலவும் தம் அரசனுக்காக காணிக்கைகளாகத் தரப்பட்ட நிலையில் அக்குழு வெற்றியுடன் நாடு திரும்பியதாக சீன வரலாற்றுக்குறிப்பின் மூலம் தெரியவருகிறது.[35]

மேலும், இவன் கடாரம் வென்றதைப் "பரக்கும் ஓதக் கடாரம் அழித்த நாள்"... எனக் கலிங்கத்துப்பரணிச் சிறப்பித்துக் கூறுகிறது.[36] கடாரம் மலேசிய நாட்டின் ஒரு பகுதியாகும். குலோத்துங்கன் வட இந்தியாவின் கன்னோஜ், இந்தோசீனாவின் காம்பூஜம் மற்றும் மியான்மரின் பகான் ஆகிய நாடுகளுடன் நட்புறவு கொண்டிருந்துள்ளான். இவ்வாறு பரந்த செல்வாக்கினைப் பெற்றவனாகக் குலோத்துங்கன் வலிமையுடன் விளங்கினான்.[37]

பல்லவர்களின், உளவியல்; இயங்கியல்; மேலாண்மை என முப்பெருங்கூறுகளிலும் சிறப்புடன் முழுதும் ஒத்துப்போயிருந்தான் குலோத்துங்கன். இதனால் தான், ராஜசிம்மன் தாம் எழுப்பிய பாடகத்தின் இருந்த கோலப்பெருமாள் கோவிலை; ஆசிய அரசர்களிடையே முதன்மையோனாக வீற்றிருக்கும் மாண்பினைக் கொண்டாடத் தமக்கான பெருமை பறைசாற்றும் குறியீடாக மீண்டும் மறுதிருத்தத்துடன் அமைத்தான். முன்பு பல்லவர் கையாண்ட அதே இரட்டுற மொழிந்த ஆளுமைதான்; அதே தற்குறிப்பேற்றந்தான்; ஒரே அடிப்படையிலான வரலாற்றுப் பின்னணி தான்; ஆனால், இம்முறை வேறு அரசன்.

கட்டடக்கலையில் மறுதிருத்தம் (1070 - 1120 *CE*)

பாண்டவதூதப் பெருமாள் கோயில் என்றழைக்கப்படும் இப்பாடகத்தின் கோயிலை முன்பு இராஜசிம்மன் சாலகார விமானக்கோயிலாக வடிவமைத்திருந்தான். கட்டுமானக்கோயிலைப் பொருத்தவரை சாலகார விமான அமைவிற்கான முதலாம் முனைவாக இது இருத்தல்வேண்டும். என்றால், முன்பாக இவ்வகையிலான விமானக்கோயிலை இவன் தந்தை முதலாம் பரமேஸ்வரவர்மன் (680 - 700 CE)

மாமல்லபுரத்தில் அமைத்திருந்தான். கணேச–ரதம் எனத்தவறாக வழங்கப்படுகிற அக்கோயில் கட்டுமான வடிவத்திலமைந்த குடைவரைக்கோயிலாகும். என்றால், பாடகம் கோயிலே, பல்லவர்காலத்தில் முதன்முதலாகக் கட்டி எழுப்பப்பட்ட சாலகார விமானத்துடனான கட்டுமானக்கோயிலாகலாம். எனினும் சாலகாரம், கூடகாரம் என இன்னும் பிற மரபுகளைத் தமிழகம் வெகு தொன்மையாகவே தனித்து மரபேற்றிருந்துள்ளது. பல்லவர் அதனைப் பின்பற்றினரே தவிர எவற்றினையும் புதியதாகக் கண்டுபிடிக்கவில்லை. அழிந்துவரும் அத்தொல் மரபுகளைக் காக்க எண்ணி அவற்றின் மாதிரிகளை அமைத்துவைத்தனர். அவ்வாறு மாதிரிப்பிரதிகளை உருவாக்குகிற வகையில் வழக்கமான மூலப்பொருட்களால் அவற்றினை அமைக்க எண்ணாமல் அழியாமலும் இடிபடாமலும் சிதையாமலும் நிலைத்து நின்று, மாதிரியாகக் குறிப்புற வேண்டும் என்ற மேலான எண்ணத்தின் அடிப்படையில் அவற்றினைத் தனித்த பாறைகளில் ஒற்றைக்கற் கற்றளிகளாகச் *(monolithic temples)* செதுக்கியும் குடைந்தும் அமைத்தனர். இவையே இன்று பஞ்சபாண்டவ ரதங்கள் என்றும் கணேச–ரதம் என்றும் வளையாங்குட்டை மற்றும் பிடாரி ரதமென்றும் வழங்கப்படுகின்றன. மாமல்லபுரத்தில் இவ்வாறான விமான மாதிரிகள் மொத்தம் ஒன்பது இடம்பெற்றுள்ளன. இவை இவற்றிற்குரிய உண்மையான பெயர்கள் அல்ல. கணேச–ரதம், தர்மராஜ–ரதம் என்றும் வழங்கப்படும் இவ் ஒருகற்–கற்றளிகள் *(monolithic)* மட்டுமே அவற்றின் கல்வெட்டுகளால் பெயரிடப்பட்டவையாக அறியமுடிகிறது. அவ்விரண்டிற்கும் ‘அத்யந்தகாம பல்லவேஸ்வரம்’ என்ற பெயரிடப்பட்டிருந்தது. ஏனைய அனைத்தும் பெயரிடப்படாதவைகளே.

பதினோரு தலைமுறைகள் கடந்த நிலையில் விஸ்வரூப உயர நிர்ணயம்

பல்லவர் காலத்தில் அக்கோயிலின் மூலவர் 9 அல்லது 10 அடி உயரத்துடன் விஸ்வரூபச் சிற்பமாக அமைக்கப்பட்டிருந்தது. இவ்வுயரமே விஸ்வரூபத்தினை உணர்ந்துகொள்ள அன்றைய கால இயல்பின்படி போதுமானதாக இருந்திருக்கும். இதற்கிடையில் பதினோரு தலைமுறைகள் அல்லது 365 ஆண்டுகள் கடந்திருந்தன. ஆம்! ராஜசிம்மனுக்கும் முதலாம் குலோத்துங்கனுக்கும் இடைப்பட்ட ஆண்டுகள் மிக நீட்சியானவையே. இந்நிலையில், இவ் இடைப்பட்ட ஆண்டுகளுக்கிடயே ஏற்பட்ட பெரும் மாற்றங்களினால் பெற்ற முன்னேற்ற–உளவியல் இப்போது விஸ்வரூபத்திற்கான உயரத்தினை இரு மடங்காக்கத் துணிந்தது. அவ்வாறு உயர அளவினை, நிச்சயம் கூட்டியே அமைத்தாக

வேண்டும் என்கிற உறுதி குலோத்துங்கனுக்கு வந்ததில் நியாயம் இருக்கிறது. இதனால் அவன் இராஜசிம்மனின் கலை அளவீடுகளை உதாசீனப்படுத்தினான் என்பதில்லை. ஏனெனில், பல்லவர் இறுதியாக எழுப்பிய பெருங்கோயில் (திருவதிகை – வீராட்டானேஸ்வரம்) ஐந்து தள உயரத்துடனானதே. அத்துடன் அவர்களாட்சியும் முடிந்து விட்டது. இவர்களைத் தொடர்ந்த சோழர்களும் தொடக்கத்தில் இரண்டு அல்லது மூன்று தள விமானக் கோயில்களையே எழுப்பினர்.

இந்நிலையில், சோழப்பெருவேந்தனான முதலாம் இராசராசன், காஞ்சிபுரத்தில் இராஜசிம்மன் எழுப்பியிருந்த கைலாசநாதர் கோயிலின் ஈர்ப்பினால் அதனை மும்மடங்கில் உருபெருக்க எண்ணி அவ்வாறே தம் தலைநகரில் நெடிதோங்க எழுப்பியமைத்தான். இன்று தமிழர் கலையின் மகுடமாய்த் திகழும் அக்கோயில் பெரும்பாலானோரால் தஞ்சை பெரிய கோயில் என்றழைக்கப்படுகிறது. இவ்வலிய மரபின் போக்கில் அடுத்து எழுப்பப்பட்ட கங்கைகொண்ட சோழபுரத்தின் 'கங்கை கொண்ட சோழீஸ்வரமும்' குலோத்துங்கனுக்கு முன் எழுப்பப்பட்டிருந்த பெருங்கட்டுமானங்களாய் நிற்பன.

இவ்வாறான பிரம்மாண்ட பேரளவு மரபு என்பது படுசாதாரணமாய் இயல்புற்றிருந்த சூழலில் குலோத்துங்கனுக்கு இப்போது ராஜசிம்மனின் விஸ்வரூபச் சிற்பங்கள் போதுமானதாக இரா. கிட்டத்தட்ட அவை, குட்டிக் குட்டிப் பொம்மைகள் போன்ற எண்ணத்தினைக்கூட அவனுக்கு உண்டாகியிருக்கலாம். இதனால் அவன் முன்பிருந்த கோயிலை இடிக்காமல் உட்கருவாக *(core structure)* பாவித்து அதனை ஒட்டி கற்களையடுக்கி அகலப் படுதினான். பின் மூலக்கோயிலின் சிகரம் வரை, உட்கூடாக உள்ள கூரையின் இடைவெளியை இன்னும் கூடுதலாக உயர்த்தினான். இதனால் கிட்டத்தட்ட 26 அடி உயரத்துடனான உட்புறம் இடவசதியுடன் பெறப்பட்டுவிட்டது. இதன்படி அங்கு நிர்ணயிக்கப்பட்ட பதினெட்டு அல்லது பத்தொன்பது அடி உயரத்துடனான அமர்ந்த நிலை சிற்பம் அமைக்கப்பட்டுவிட்டது.

வழக்கமான வாசலே அங்கு அமைக்கப்பட்ட நிலையில் அது பெருமாளின் சிற்பத்தினை அண்ணாந்து பார்த்துத் தொழ வேண்டிய கட்டாயத்தினை ஏற்படுத்தியது. இப்பெருஞ்சிற்பத்திற்கு ஏற்ப, பிரத்தியேக அகலத்துடனான வாசல் அமைக்கப்படவில்லை. எனினும் உயரம் சற்றுக் கூட்டப்பட்டிருந்தது. மிக எளிய இக் கட்டுமான, சிற்ப, கலை அமைவுகளால் உண்மையில் இறைவனின் விஸ்வரூபத்தினை இன்றளவும் ஏற்றுக்கொள்ளும் மனநிலை உண்டாகிறது. அவ்வாறு காணும் எவரும் அண்ணாந்து தம்

தலையை உயர்த்தி இறைவனின் தலைப் பகுதியைப் பார்ப்பர். பார்த்த பின், தம் தலையை இயல்புநிலைக்கு இறக்கிய நிலையில் இடைப்பகுதியைப் பார்ப்பர். அதன் பின் தலையைத் தாழ்த்தி அடி (பாதம்) தொழுவர். இப்படி மூவிதமாகக் கண்டு வணங்குகிற விதத்தில் அமைந்துள்ளது அச்சிற்பம். எனவே, ஒரே பார்வையில் அடங்காத அவ்வுருவம் உண்மையில் விஸ்வரூபத்தினை மனதில் இருத்திவிடுகிறது.

இன்று உலகின் பல இடங்களில் அதிஉயரச் சிற்பங்கள் நிறுவப்பட்டிருக்கும் நிலையில் அவை விஸ்வரூபச் சிற்பங்களின் கருத்தியல் சார்ந்தவை அல்ல. எங்களிடம் பணம் இருக்கிறது என்பதைக்காட்டும் சுயவிளம்பர உருப்பெருக்கங்களாக அவற்றுள் சில காணப்படுகின்றன. அமெரிக்காவின் சுதந்திர தேவியின் சிலை தொடங்கி, ரஷ்யாவின் 'அழைக்கிறாள் தாய்' எனும் வாளேந்திய வீரத்தாயின் சிலை (பார்க்க: நிழற்படம் – எண்: 38) மற்றும் 500 அடிகளைத்தாண்டும் சீனாவின் புத்தரின் சிலை (பார்க்க: நிழற்படம் – எண்: 37) வரை, உருப்பெருக்கச் சிற்பங்களாகவே மடங்கின் கணக்கில் நெடிது நிற்பவை. இவை அளவுகள் நிச்சயிக்கப்பட்டு உருப்பெருக்கம் செய்யப்பட்டவை. இவற்றின் உயரம் கணக்கில் எடுத்துக்கொள்ளக்கூடியதே. அகண்டசராசரத்தினை உள்ளடக்கி நிற்கும் விளிம்புகளற்ற அரூபத்திற்கான விஸ்வரூப உருவகங்களாக இல்லை இவை. அவ்வகையில் இவை அளவுக்குள் முடங்கும் உருவங்களாகவே எடுத்துக்கொள்ளப்பட வேண்டும். எனினும், உடற்கூறியல் அளவின் படி உருப்பெருக்கம் செய்திருப்பினும்; விஸ்வரூபமாக விரியும் அதன் அரூப உட்பொருளை உணர்ந்திடும் திறம் பெற்றோராக இந்நிலத்தின் மக்கள் தகுதி பெற்றிருந்தனர். இதனால் தான் அந்தந்தக் காலத்தின் உளவியலின் படி நமது இறையுருவத்தின் விஸ்வரூப உயரம் கணிசமாகக் கையாளப் பட்டிருந்தது.

ஆப்கானிஸ்தான் பாமியான் மலைப்பகுதியில் செதுக்கப் பட்டிருந்த பிற்கால ஆறாம் நூற்றாண்டிற்குரிய புத்தரின் இருபெருஞ் சிற்பங்கள் என்பன, இவ் ஆய்வில் விவாதிக்கப்பட்டுவரும் விஸ்வரூபக் கருத்தியலின் அடிப்படையில் ஒவ்வொன்றும் நெடிது அமைக்கப்பட்டவைகளாக உள்ளன. ஒற்றைப்பாறைச் சிற்பங்களான இவை முறையே 115 அடி மற்றும் 175 அடி உயரம் கொண்டவை. (பார்க்க: நிழற்படம் – எண்: 35, 36) இவை இந்தியப் புலப்பாட்டுத்துவ திறத்தின் முன்னோடியத்தினைச் சான்றளித்தவை. இன்று அவை தகர்க்கப்பட்டிருப்பினும் அவற்றின் வடுக்கள் அவற்றின் காலத்தொன்மையையும் இருப்பையும் நிதர்சனிப்பன.

குலோத்துங்கனின் திருத்தியமைக்கப்பட்ட திருஊரகம்

திருஊரகத்தின் உலகளந்தப்பெருமாள் கோவிலும் கட்டட மற்றும் சிற்பக்கலை மாற்றங்களைப் பெற்றுக்கொண்டதாகும். இக்கோயிலின் மூலவர் சிற்பமான உலகளந்த பெருமாளின் தொன்மக்கதை எவ்வாறு மூன்றாம் நந்திவர்மனுக்கு மிகத்துல்லியமாகப் பொருந்தியதோ அதே துல்லியத்துடன் அவ் உலகளந்த பெருமை குலோத்துங்கனுக்கும் பொருந்தியது.

குலோத்துங்கனின் மெய்க்கீர்த்திகள்

குலோத்துங்கனின் மெய்க்கீர்த்திகளின் செய்திகளைக் கொண்டே தொடக்கக் காலம் தொட்டு இறுதிக்காலம்வரை எவ்வாறு அவன் செயல்பட்டிருந்தான் என்பதைப் புரிந்துகொள்ளலாம். தம் நாட்டின் அக – புறக் கட்டமைப்புகளில் தீவிரமாயிருந்துள்ளான். நாற்புறமும் சென்றான். பணிவோரை ஏற்றான். எதிர்ப்போரை வீழ்த்தினான். கடல் கடந்தான். தீவாந்திர நாடுகளையும் தம் குடையின் நிழலில் இட்டான். திருமால் வராக அவதாரம்கொண்டு பாதாளத்திலிருந்து பூமகளை மீட்டதுபோல; உறை மறந்த வாளையும், ஒழிவற முயங்கும் தமது வலிய தோள்களையும் துணையாகக் கொண்டு, உதவிகோராமல் ஒருவனாய்த் தம்படைகளுடன் போரிட்டுப் பிறர் கவர்ந்த நிலங்களை மீட்டான். தம் கொடியையும் குடையையும் திசை எட்டும் நடத்திச் சோழர்குலத்தின் அறத்தையும் பெருமையையும் சென்ற இடங்களிலெல்லாம் நிறுத்திப் புகழுறச்செய்தான். வீரம், மானம், கருணை, தியாகம் எனும் இந்நான்கு பண்புகளும் ஒருங்குற்றவனாய் வெற்றியுடன் வீற்றிருந்து தம் குலத்தின் மணிமகுடத்தினை முறையாகச் சூடிக்கொண்டான். அவ்வாறு முடிசூடிப் பேரரசனான அவன் தம் செங்கோல், இந்தியப் பரப்பிலனைத்தும் மேலாண்மை செலுத்தியதாயிற்று. இவ்வாறு செய்தி தருகிறது அவன் பொறுப்பேற்ற பின் ஆவணமாகியிருக்கும் அவனது இரண்டாம் ஆட்சியாண்டின் கல்வெட்டு.

1. திருமன்னி விளங்கும் இருகுவ டவனையதன் . . .
2. பூமேல் அரிவையும் போர்ச் செயப் பாவையும் . . .
3. புகழ்சூழ்ந்த புணரி அகழ்சூழ்ந்த புவியில் . . .
4. புகழ்மாது விளங்க சயமாது விரும்ப . . .
5. பூமியும் திருவும் தாமெய்ப் புணர . . .
6. பூமன்னு பாவை காமுற்று முயங்க . . .

எனத்தொடங்கும் இந்த ஆறு மெய்க்கீர்த்திகளும் குலோத்துங் கனுக்கு உரியதாக அமைந்து அவன் தொடுத்த கன்னிப்போரான

சக்கரகோட்டத்துப் போர் தொடங்கி வயிராகரத்தில் குந்தள அரசனை வென்றதையும்; வேங்கை வென்றதையும்; இரட்ட மண்டலம் வென்றதையும்; நங்கிலி என்னுமிடத்தில் விக்கிர மாதித்தனை வென்றதையும்; அளத்திப் போரில் பலபொருட் களைக் கவர்ந்து வந்ததையும்; சிங்கன நாட்டைக் கைப்பற்றி யதையும்; பாண்டிய மண்டலத்தில் ஐவராக ஆட்சியுற்றிருந்த பாண்டியர்களை ஓடவிரட்டி எத்திசையிலும் வெற்றி எய்தி ஆங்காங்கே வெற்றித்தூணை நிறுவிக் குமரியைத் தம் தென் எல்லையாகக் கொண்டதையும்; கோட்டாற்றில் சேரரை வென்றதையும்; அங்குத் தம் படையை நிறுத்தி எல்லை காத்ததையும்; தொண்டைமான் கருணாகரனை வட கலிங்கம் ஏவி அனந்தவர்ம சோட கங்கனை நிராயுதபாணியாக்கியதையும் என, அவனது முனைவுகளையும் அடைந்த வெற்றிகளையும் மெய்ப்புகழ்களாகப் பட்டியலிடுகின்றன. இதனால், நிகழ்வுகள் நிறைந்த நெடிய ஆட்சியாகக் குலோத்துங்கனின் ஆட்சிக்காலம் சிறப்புற்றிருந்ததனை அவனது மெய்க்கீர்த்திகளின் மூலம் அறியலாம்.

ஆயினும், கடைசி நான்கு ஆண்டுகள் சரிவைத் தந்தன. இரண்டாம் கலிங்கப்போர் இவனது புகழினை வரலாற்றுச் சிறப்புமிக்கதாக மாற்றியிருந்தது. இப்போரினைப் பரணிய மரபில் புலவர் சயங்கொண்டார் கலிங்கத்துப்பரணியாகப் பாடியுள்ளார். இந்நூலின் கடவுள் வாழ்த்துகளில் ஒன்றான திருமகள் மீதான பாடலை, பூமாதும் சயமாதும் பொலிந்து வாழும் எனத்தொடங்கிய நிலையில், அதுவே குலோத்துங்கனின் வெற்றியை நிரலிடும் மெய்க்கீர்த்திக்கான சிறப்பு வார்த்தைகளை அடிஎடுத்துக்கொடுத்து அடிப்படையாய் அமைந்து கிடப்பதைக் காணலாம்.[38] மேலும், நாற்பத்தியைந்தாம் ஆண்டு வெளியிடப்பட்ட கல்வெட்டில் பொறிக்கப்பட்டிருக்கும் மெய்க்கீர்த்தியே அவனின் முழுக் கீர்த்தியையும் நிரலிடும் சிறப்புப் பெற்றதாகும். இது தொண்ணூறு வரிகளுடன் கூடிய நீண்ட பாடலாகும். இதனால் அவன் எய்திய சிறப்புகள் வரிசைக் கிரமமாகத் தொகுத்து அளிக்கப்பட்டுள்ளன. இது கலிங்கப்போருக்குப்பின் இயற்றப்பட்ட புதிய மெய்க்கீர்த்தியாகும். இவ்வெற்றியைக் குலோத்துங்கனின் சார்பில் ஈட்டியவன் பல்லவர் குலத்திலகமான கருணாகரத்தொண்டைமான் ஆவான். இவன் குலோத்துங்கனின் நம்பிக்கைக்குரிய சேனாதிபதியாகத் திகழ்ந்தவன்.

இவ்வாறு குலோத்துங்கனின் பெரும் முயற்சிகளால் சோழ நாடு வலிமை மிக்கப் பேரரசாக மீண்டும் தலைமையுற்றிருந்தது. முதலாம் இராசேந்திரனுக்குப்பின் சோழப்பேரரசு

தொடர் சரிவுகளை வரிசையாகச் சந்தித்திருப்பினுங் கூட குலோத்துங்கனின் ஈடு பெரிது நின்றது.

இருபத்தியாறு ஆண்டுகளும் நான்கு சோழவேந்தர்களும்

முதலாம் இராசேந்திரசோழன் மறைந்த 1044ஆம் ஆண்டுக்குப்பின், முதலாம் இராசாதிராசன் தம் தந்தையினால் இணையரசனாக்கப்பட்ட நிலையில் பெரும் வலிமைமிக்க சோழப்பேரரசினை முன்பென்றும் இல்லாத வகையில் பரந்து விரியச்செய்திருந்தான். தந்தை முதலாம் இராசராசன் எவ்வாறு அவனை ஆட்சியில் இணைத்து செயல்படச் செய்திருந் தானோ அவ்வாறே தாமும் தம் மகனை இராசேந்திரன் உட்படுத்தி யிருந்தான். இதனால்தான் 1018லிருந்தே முதலாம் இராசாதி ராசனின் ஆட்சியாண்டு கணக்கில் எடுத்துக் கொள்ளப் பட்டுள்ளது. இதனை மெய்யுறுத்துவதாக இவன் தமது ஆட்சியின் முப்பதாம் ஆண்டில் வெளியிடப்பட்டுள்ள கல்வெட்டு ஒன்று மைசூர் ராஜ்ஜியத்தின் 'மிண்டிகல்' என்னும் ஊரில் கண்டெடுக் கப்பட்டுள்ளது. அக்கல்வெட்டு அங்கு அவன் ஒரு கோயிலுக்கு நிலம் அளித்து, குளமும் வெட்ட ஏற்பாடு செய்ததனைக் கூறுகிறது.[39] அவ்வகையில் 1018லிருந்து 1054வரை அவனது ஆட்சி முப்பத்தியாறு ஆண்டுகள் நீடித்திருந்துள்ளது.

மேலும், தன் தந்தையின் மறைவிற்குப்பின் முழுமையாகப் பத்து வருடங்கள் (1044 – 1054) தனிப்பெருவேந்தனாய் அரசாண்ட முதலாம் இராசாதிராசன் பெரிது போற்றப்படவேண்டிய இணையற்ற வீரன். 'இராசகேசரி' எனும் பட்டம் கொண்ட இவன் தம் முன்னோர் மரபின்படி தமது தம்பியான இராசேந்திர தேவனை இணையரசனாக நியமித்திருந்தான். முதலாம் ராசாதிராசன் தமது முப்பத்தியாறாம் ஆட்சியாண்டில் சாளுக்கியருடன் நிகழ்ந்த கொப்பத்துப் போரில் யானைமீது அமர்ந்தவனாய் போர் செய்த நிலையில் எதிர்பாராவிதமாக வீரமரணம் எய்தினான். அப்போர்க்களத்திலேயே சோழவேந்தனாக இரண்டாம் இராசேந்திர தேவன் முடி சூட்டிக்கொண்டான்.[40] இவன் பன்னிரண்டு (1051 – 1063) ஆண்டுக்காலம் ஆட்சிசெய் திருப்பினும் தன் தமையனின் மறைவிற்குப்பின் தனிப்பெரு வேந்தனாக 1054லிருந்து 1063வரை ஒன்பது ஆண்டுகள் ஆட்சி செய்தவனாகிறான். இவனும் தன் மகனான இராசமகேந்திரனை (1063 CE) இணையரசனாக நியமித்திருப்பான் போலும். எனினும் போரில் அடைந்த காயங்களால் இளவரசனாக இருக்கும் போதே இராசமகேந்திரன் இறந்துபோயிருக்கிறான். இதனை யடுத்து, இராசேந்திரனும் இறக்க, இவனுக்குத் தோள் கொடுத்த உடன்பிறந்த தம்பியான வீரராசேந்திரன் (1063 –

1069) சோழப் பேரரசனாகப் பதவியேற்றான். இவன் முதலாம் இராசேந்திரனின் கடைசி மகனாவான். இவனது பங்கு பெரிதாயினும் இவனது ஆட்சி குறுகியகாலமே அமைந்ததாயிற்று. இவனது மகன் ஆதிராசேந்திரன் (1067/8 –1070) அரசனாக முடிசூடியிருப்பினும் கூட சொற்ப ஆண்டுகளிலேயே அவனும் மரணம் தழுவினான்.⁴¹ அவ்வாறு முதலாம் இராசேந்திரனின் இறப்பிற்குப் பின் 26 ஆண்டுகளுக்கிடையே நான்கு அரசர்கள் ஆட்சி செய்யவேண்டிய நிர்பந்தம் ஏற்பட்டிருந்தது. இதன் பின்னரே முதலாம் குலோத்துங்கன் சோழநாட்டின் அரசனாக முடிசூட்டப்பெற்று அரசாண்டான் என்பது வரலாற்றில் விமரிசையாக அறியப்படுகிற செய்தி.

உலகம் அளத்தல்

நாட்டினை அளந்து எல்லை வகுத்தலை உலகம் முழுவதும் காணமுடிகிறது. கிடைத்துள்ள சான்றுகளின் அடிப்படையில் பண்டைய எகிப்தின் பிரமிடுகளில் தீட்டப்பட்டுள்ள ஓவியங்களில் சில, நிலம் அளக்கும் நிகழ்வைச் சித்தரிக்கின்றன. ரிக் வேதத்திலும் குறிப்புகள் காணப்படுகின்றன. அது நிலம் அளக்கப்பயன்படும் அளவுகோலைக் குறிப்பிடுகிறது. வடமொழி இலக்கியமான கௌடில்யரின் அர்த்தசாஸ்திரமும் நிலம் அளத்தலைப் பேசுவதுடன் நிலமளக்கும் கண்காணிப்பாளனை 'பவ்தவாத்யாக்ஷன்' (Pautavādhyaksa) என்கிறது. நிலமளந்து பதிவுசெய்யப்பட்டு வைத்திருக்கும் பத்திரங்களையும் அது பேசுகிறது. . இந்திய ஓவியங்களிலோ சிற்பங்களிலோ நிலமளக்கும் காட்சிகள் இடம்பெற்றுள்ளதா என இதுவரை அறியமுடியவில்லை. எனினும், எகிப்திய பிரமிடுகளின் ஓவியங்கள் மூலம் அன்றைய மரபின் நில அளத்தல் எவ்வாறான நுட்பத்தினாலானது என்பதனைக் காணுகிற வாய்ப்பினை அவ்வோவியங்கள் தந்துவிடுகின்றன.⁴²

தென்னிந்தியாவைப் பொறுத்தவரை அளவிற்கான நீட்டலளவை மரபினை, பிறகலப்பின்றிப் பெற்றிருந்துள்ளது. ஆயினும் இடைக்காலத்தில் வட இந்திய மரபும் உள் நுழைந்திருந்தது. அவ்வகையில் அவ்விரு மரபின் மீதான பொதுப்புரிதலை அறிஞர்கள் நிறுவியுள்ளனர். அவை குறுந்தொலைவு மற்றும் நெடுந்தொலைவிற்கான வாய்ப்பாடுகளாகக் கிடைக்கின்றன.

1. குறுந்தொலைவு வாய்ப்பாடு

ஒரு விரற்கிடை = 11/16 அங்குலம்
1 பெருவிரல் = 1 3/8 அங்குலம்

12 விரற்கிடை = 6 பெருவிரல் = 1 சாண் = 8 1/4 அங்குலம்

2 சாண் = 1 முழம் = 1. 3/8 அடி

2 முழம் = 1 சிறுகோல் = 2 3/4 அடி

2 சிறுகோல் = 1 கோல் = 5 1/2 அடி

2 கோல் = 1 பெருங்கோல் (தண்டம்) = 11 அடி

8 பெருங்கோல் (தண்டம்) = 1 கயிறு

(ஒரு கயிறு 88 அடி நீளமுடையது என்பது குறிப்பிடத்தக்கது)

2. நெடுந்தொலைவு வாய்ப்பாடு

500 பெருங்கோல் தண்டம் = 62 1/2 கயிறு = 1 கூப்பீடு = 5500 அடி = 1.04167 மைல் = 1.6763595 கி.மீ

4 கூப்பீடு = 1 காதம் = 22000 அடி = 4.166667 மைல் = 6.7050438 கி.மீ

4 காதம் = 1 யோசனை = 88000 அடி = 16.233333 மைல் = 26.820175 கி.மீ

மேற்குறிப்பிடப்பட்டுள்ள 'ஒருகோல்' என்பது ஐந்தரை அடி அளவுடையதாகக் கையாளப்பட்டுள்ள நிலையில் இதனை, தமிழ்மரபு எளிமையாக 'கோல்' என்றே வழங்கியிருந்துள்ளது. இதே ஐந்தரை அடி அளவுடைய அளவுகோலை வட இந்திய மரபு ஓர் ஆளின் சராசரி அளவாகக்கொண்டு அதனடிப்படையில் 'நரன்' என்ற பெயர்கொண்டு வழங்கியுள்ளது. வட இந்திய மரபின்படி ஒரு கயிறு என்பது மிகச்சரியாகத் தென்னிந்திய மரபின் அறுபத்தியிரண்டரை அடியில் பாதியாகவே கையாளப் பட்டுள்ளது. ஒரு காதம் என்பது 11000 அடியாக அங்குக் கருதப்பட்டுவந்துள்ளது.

இது ஒருபுறமிருக்க, 'காதம்' அல்லது 'காவதம்' என்கிற நீட்டல் அளவையானது எத்தொலைவிற்கான அலகு என்பதனை அறிய ஆர்வம் நமக்கும் இருந்தது.

சோழர்காலத்தில் வாழ்ந்த கவியான கம்பர் தமது தனிப் பாடல்களில் சேர, சோழ, பாண்டிய மற்றும் பல்லவ நாடுகளின் எல்லைகளை வரையறை செய்துள்ளார். இது சிறப்புத்தரவாக கிடைத்துள்ள நிலையில் அதன் மூலம் சில விவரணம் கிடைக்கலாம். அவர் சோழ நாட்டின் நாற்பரப்புகளையும் கூறி அது 80 காதம் எல்லைப்பரப்புடையது என்கிறார். என்றால், இங்கு கம்பரால் எடுத்துக்கொள்ளப்பட்ட அளவு, நாட்டின் 'நீள' அளவு மட்டுமே. எவ்வாறெனில், எவ்வொரு ஆற்றின் அளவினைக் குறிப்பிடுகிற

போதும் அவற்றின் அகலம் கருதப்படுவதில்லை. நீளம் மட்டுமே கணக்கில் எடுத்துக்கொள்ளப்படுகிறது. எடுத்துக்காட்டாக, தமிழகத்தின் சிறப்பு நதியான காவிரி, தலைக்காவிரியில் தோன்றி பூம்புகாரில் கடலில் கலக்கும் நிலையில் அதன் நீளம் 765 கி.மீட்டர்களாகக் குறிப்பிடப்பட்டு வருவதைக் காணலாம். ஆக, அதன் அகலம் குறிப்பிடப்படுவதில்லை. இது உலகளாவிய மரபாக இருந்துவருகிறது. எனவே, பொதுவாக நீள அளவு மட்டுமே கணக்கில் எடுத்துக்கொள்ளப்பட்டிருக்கலாம்.

அவ்வகையில், கம்பரும் ஒரு நாட்டின் நீளத்தினையே குறிப்பிடுகிறார். எடுத்துக்காட்டிற்காக ஒருபாடல்.

வெள்ளா றதுவடக்காம்; மேற்குப் பெருவழியாம்;
தெள்ளார் புனற்கன்னி தெற்காகும் – உள்ளார
ஆண்ட கடல்கிழக்காம் ஐம்பத் தறுகாதம்
பாண்டிநாட் டெல்லை பகர்.[43]

இப்பாடலில் வடக்கின் வெள்ளாறும் தெற்கின் கன்னியாகுமரியும் எல்லைகளாகக் குறிப்பிடப்பட்டுள்ளது. எனவே இங்குக் குறிப்பிடப்பட்டுள்ள அளவு, நீளத்திற்கான அளவாகும். சேர்வராயன் மலையில் உற்பத்தியாகும் வெள்ளாறு; சேலம், பெரம்பலூர் மற்றும் கடலூர் வழியாகக் கடலை அடைகிறது. பாண்டிய நாட்டின் வடஎல்லையை வெள்ளாறு கொண்டு வரையறை செய்திருந்தனர். எனினும், குறிப்பிட்ட ஓரிடத்தில் மட்டுமே அவ் ஆறு எல்லையாகப் பாவிக்கப்பட்டிருப்பதனை உணரவியலும். அவ் ஆறு, பெரம்பலூர் வழியாக வந்தாலும் கடலில் பாய்வதென்னவோ கடலூர் என்கிற சோழ நாடு என்பது குறிப்பிடத்தக்கது. எனவேதான் பெரம்பலூர் பகுதியில் ஓடும் ஆற்றினை எல்லைக்காக எடுத்துக்கொண்டுள்ளனர்.

இதற்கிணங்க, பெரம்பலூருக்கும் குமரிக்கும் இடையே இன்றைய நெடுஞ்சாலையின் தூரமானது 434.9 கி.மீ. ஆகும். அவ்வகையில் ஒரு காதம் 6.7 கி.மீ என்கிற கணக்கின் படி அந் 434.9 கி.மீட்டரானது 65 காதம் என்றாகிறது. இன்னொரு கணக்கின்படியான 1 காதம் = 12 கி.மீ என்ற அடிப்படையில் பார்த்தால் வெறும் 36 காதமே வருகிறது. ஆனால் கம்பர் கூறியுள்ள 56 காதம் கிட்டத்தட்ட நாம் நம்புகிற 6.7 கி.மீ = 1 காதம் என்கிற கணக்கின் நெருங்கிய அளவாக உள்ளதைக் காணலாம். இதனால் ஒன்பது காதம் கூடுதலாகி மாறுபாடு வருகிற நிலையில் இது ஓரளவிற்குச் சரியாக இருக்கலாம். ஏனெனில், அன்றைய பெருவழிகளின் அமைவு மற்றும் அளவு, இன்று நகரங்களுக்குள் செல்லாமல் அமைக்கப்பட்டுள்ள புறவழிச்சாலைகளால் தூரம் கூடுதலாகிக் கிடப்பதையும் கருத்தில் கொள்ளவேண்டும். தத்தம் பாதையிலேயே சிறு பெரு மாற்றங்களுடன் விலகி நீண்டு

கிடக்கும் இன்றைய சாலைகள் பழங்கணக்கு முறையில் சிறிது வேறுபாட்டை ஏற்படுத்துவது இயல்பே.

அவ்வகையில், நெடுங்காலத்திற்கு முன்பிருந்தே நிலமளத்தல் அல்லது நாட்டின் எல்லையை வரையறை செய்தல் என்பது தெள்ளிய மரபாக இருந்துள்ளதை அறியலாம். சங்ககாலத்திற்குப் பின் ஆட்சியுற்ற சோழப்பேரரசு, முதலாம் இராசராசனின் ஆட்சிக் காலத்தில்தான் தம் நாட்டின் பரப்பினைத் திட்டவட்டமாக வரையறை செய்திட நிலஅளவிடலை மேற்கொள்ள முனைந்தது. குறுநில மன்னனாக விஜயாலய சோழனால் *(850 - 871 CE)* தொடக்கமுற்ற சோழ அரசு பெரும்பேரரசாக மாற்றம் பெற முதலாம் இராசராசன் வரை போராட வேண்டியிருந்தது. இதற்கான அடித்தளமிட்டவர்களாக இடைப்பட்ட சோழவேந்தர்கள் பங்காற்றியிருந்துள்ளனர். முதலாம் ஆதித்தன் தொண்டைமண்டலத்தின் ஒரு பகுதியை வென்று தம் தந்தையால் தோற்றுவிக்கப்பட்ட குறுநில–சோழ நாட்டினைக் கணிசமான ஒரு பரந்த நாடாக மாற்றியதுபோல, இவனது மகன் முதலாம் பராந்தகன் மதுரையையும் வென்று தம் ஆட்சியைப் பேரரசு நிலைக்கு உயர்த்தினான். ஆயினும், அண்டைப் பகுதிகளிலேயே தம் விரிவைப் படர்ந்து கொண்டிருந்த சோழப்பேரரசு, இம்முறை, இராசராசனின் முழுமூச்சால் நாற்றிசையிலும் விசாலித்து, அகண்ட விரிவினை எட்டி நின்றது. எனவேதான் முதன் முதலாக; தமது பரப்பளவை வரையறை செய்து அளவறிய முனைவு மேற்கொள்ளவேண்டியிருந்தது.

முதலாம் முறை (முதலாம் இராசராசன்)

முதலாம் இராசராசன் தாம் வடிவமைத்த சோழப்பேரரசின் பெரும்பரப்பைத் தமது பதினாறாம் ஆட்சியாண்டின் போது *(1001 CE)* அளந்தவனாகிறான். குரவன் இராசமாராயன் தலைமையில் இந்நிலஅளவை நிகழ்த்தப்பட்டிருந்தது. இப்பணியை இரண்டு ஆண்டுகளில் நிறைவேற்றி வெற்றியுடன் முடித்ததால் இவனுக்கு ‘உலகளந்தான் இராசமாராயன்’ எனச்சிறப்புப் பெயர் வழங்கப்பட்டிருந்தது.[44] இராசராசனுக்குப்பின் மற்றுமிருமுறை வெவ்வேறு காலத்தில் நாடு முழுதும் அளக்கப்பட்டிருந்தன.

இரண்டாம் முறை (முதலாம் குலோத்துங்கன்)

இரண்டாம் முறையாகத் தாம் ஆளும் உலகம் முழுதும் முதலாம் குலோத்துங்கன் அளந்துள்ளான். அவனது பதினாறாம் ஆட்சியாண்டில் இப்பெருமைக்குரிய நில அளவை நிகழ்த்தப்பெற்றுள்ளது. இரண்டு ஆண்டுகளாக நிகழ்ந்த இப்பணியைத் தலைமையேற்று வெற்றிகரமாக நிகழ்த்தியவன்

'திருவேகம்ப உடையானான திருவரங்கத்தேவன்' ஆவான். இவனும் 'உலகளந்தான்' என்றே புகழப்படுகிறான்.[45] இச் சிறப்புப்பெயர் மன்னனுக்கும் மண்ணை அளந்த தலைமைப் பணியாளனுக்கும் வழங்கப்பட்டிருத்தல் வேண்டும்.

மூன்றாம் முறை (மூன்றாம் குலோத்துங்கன்)

மூன்றாவதாக நாடளந்தவன் மூன்றாம் குலோத்துங்கனாவான். தமது 38ஆவது ஆட்சியாண்டின் போது இதனை மேற்கோண்டான். எனினும், இம்மூன்றாம் நிலமளவை அச்சமகாலத்தின் கல்வெட்டுகளின் மூலம் நேரிடையாக அறியப்படவில்லை. இவனது பெயரனான மூன்றாம் இராசேந்திரனின் கோவிலூர் (பட்டுக்கோட்டை வட்டம்) கல்வெட்டின் மூலம் அறிஞர்கள் இதனைக் கண்டறிந்துள்ளனர்.[46]

முதலாம் குலோத்துங்கனே திருவூரகத்தின் படைப்பாளி என்கிற முடிவிற்கு வருவதற்கு கீழளிக்கப்பட்டிருக்கும் தரவுகள் வலுசேர்க்கும். முதலாம் இராசராசன் காலத்தில் நிலம் அளக்கப்பட்டிருந்தாலும் அதனை அவன் பெரிதாக எண்ணவில்லை போலும். அவனது எண்ணம் முழுதும் தாம் தொடங்கியிருக்கும் (1000 CE) பிற்காலத்தில் உலகம் மெச்சவிருக்கிற, அதி பிரம்மாண்ட கோயிலான 'இராசராசேச்சரம்' மீதே குவிந்திருந்தது. இதனால் கவனத்தினைச் சிதறாமல் தம் இலக்கினை நோக்கித் துல்லியப்படுத்தி இருந்தான். இதனால்தான் என்னவோ, திருவூரகத்தின் பெருமாள் கோயிலைத் தாம் முதன் முதலாக நிலமளந்த முயற்சிக்குக் குறியீடாகவோ அல்லது நினைவகமாகவோ மாற்ற அவன் முயற்சிக்கவில்லை போலும். இதுவன்றி இராசராசன் மிகச்சிறந்த சிவபக்தன் ஆவான். அவன் தம்மைத் திரிபுரம் எரித்த சிவனுக்கு ஒப்பானவனாகவே கருதியிருந்துள்ளான். அதனால்தான் திரிபுராந்தகரின் சிற்பம் அதிக எண்ணிக்கையில் இராசராசேச்சரத்தின் விமானத்தில் இடம் பெற்றிருப்பதை அறியலாம். மொத்தம் இருபத்தியாறு சிற்பங்கள் இடம்பெறச்செய்யப்பட்டுள்ளன. இவை வெளிப்புறமாக; விமான, இடைநாள, சிற்றரை மண்டபப் (அர்த்தமண்டப) பகுதிகளில் தெற்கு, வடக்கு, மேற்கு என மூன்று திசைகளிலுமாக அமைந்தவை. இவையனைத்தும் கருவறை–மேற்தளத்தின் இறைக்கோட்டச் சிற்பங்களாகும். இதுதவிர, திரிபுராந்தகரின் ஆளுயரச் சிற்பங்களும் கீழ்த்தளத்தின் இடைநாளத்தில் காணப்படுகின்றன.

உலகளந்த பெருமாளாக ஊரகத்தின் நின்ற கோலத்துடைய பெருமாளை மறு நிர்மாணம் செய்ய முதலாம் இராசராசனுக்கு

எண்ணம் எழவில்லை. குலோத்துங்கனே அவ்வெண்ணம் கொண்டிருந்தவன்.

திரு உலகளந்த ஸ்ரீ பாதக்கோல்

முதலாம் குலோத்துங்கன் தாம் நிலமளந்த அளவுகோலினைத் 'திரு உலகளந்த ஸ்ரீ பாதக்கோல்' என்று வழங்கியிருந்தான். இதனைத் திருவண்ணாமலை மாவட்டத்தில் அமைந்துள்ள திருவோத்தூர் கோயிலில் (செய்யாற்றின் அருகில்) இடம்பெற்ற ஒரு கல்வெட்டின் மூலம் அறியலாம். அக்கல்வெட்டு முதலாம் பிரகாரத்தின் தென்புறச்சுவரில் இடம்பெற்றுள்ளது.[47] குலோத்துங்கன் தாம் உலகளந்ததை மிகப் பெருமையாக எண்ணியவன். உலகளந்ததை அவன் கொண்டாடியிருத்தல் வேண்டும். எனவேதான், நிலமளந்த அளவுகோலினைத் 'திரு உலகளந்த ஸ்ரீ பாதக்கோல்' என்று வழங்கியிருந்தான். அது, சிறப்புக் காரணப் பெயருடன் குறிப்பிடப்பட்டுள்ள அளவுகோல் என்பதனை உணரவேண்டும். பிற எந்த அளவுகோல்களுக்கும் அறிந்தவரை இம்மாதிரியான சிறப்புப்பெயர் இருப்பதாகத் தெரியவில்லை. அளவுகள் வகுக்கப்பட்டிருக்கும் மூல அலகான 'பாதத்தினை' நினைவு கூரும் சிறப்புப்பெயருடனான ஓர் அளவுகோல். ஒரு பாத நீட்சியின் நீள அளவு ஓர் அலகு என்ற அடிப்படையில் அவ் அலகின் தேவைக்கான மடங்கில் நில அளவுகோல் பயன்படுத்தப்படுவதாகும். சாதாரண நபர்களின் பாத அளவு கொண்டு அவ்வாறு அளவுகோல் உருவாக்கப்படுவதில்லை. 'ஸ்ரீ' என்கிற மாண்புடன் அதன் பெயர் வழங்கப்பட்ட சிறப்புப் பெயர் அது. என்றால், அளவுகோலில் மூல அலகிற்காகப் பயன்படுத்தப்பட்டுள்ள 'ஸ்ரீ பாதம்' யாருடையது?

கண்ணனே குலோத்துங்கனாக...

முதலாம் குலோத்துங்கன் பெரும்பான்மையில் விஷ்ணு பக்தனாகக் காணப்படுகிறான். இவன் அன்றைய ஆன்றோர்களால் திரு-உலகளந்த திருமாலுக்கு இணையாகப் போற்றப்பட்டவன்.[48] இன்னும் பிறர், "இவன் திருமாலின் அவதாரம் எனக்கருதி இவனின் பாதங்கள் திருப்பாதங்களே" என வணங்கினர். குலோத்துங்கன் தம் இளம்பிராயத்தில் ஐம்படைத்தாலி எனும் கண்ணனின் ஐந்து படைக்கருவிகள் கோர்க்கப்பட்ட தாலியை அணிந்திருந்தவன்.[49] கலிங்கத்துப்பரணி இதனைக் கூறுகிற நிலையில் இன்னும் சில பாடல்களில் குலோத்துங்கனைத் திருமாலின் அவதாரம் என்றும் ஆலிலையில் அவதரித்த கண்ணனாகவும் குறிப்பிடுகிறது.

இருளை நீக்கி ஒளி பரப்பும் சந்திரகுலத்து மன்னன் சாளுக்கிய இராசராச நரேந்திரன் ஆவான். இவன் ஒளி துலங்கும் சூரிய குலத்து முதலாம் இராசராச சோழனின் மகளான குந்தவையின் மகனாவான். இவனது மனைவி அம்மங்கை என்பவள். அம்மங்கை முதலாம் இராசேந்திரனின் மகள் ஆவாள். இத்தகு சிறப்புக் கொண்ட மரபுடைய அம்மங்கா தேவியின் திருவயிற்றில்; முன்பு ஆல் இலையில் அவதரித்த கண்ணனே மீண்டும் குலோத்துங்கனாக அவதரித்தான் எனக் குறிப்பிடுகிறது கலிங்கத்துப்பரணி.[50]

இவ்வாறு இவன் பிறந்த நாள்முதலாகக் கண்ணனாகவே பாவிக்கப்பட்டுள்ளான். இவனின் ஆழ்மனதிலும் அது பதிந்திருக்கக்கூடும். இதனால் அவனது செயல்பாடுகளும் அதையொட்டியே நிகழ்ந்திருக்கலாம். இத்தகைய பின்புலம் கொண்ட குலோத்துங்கன் தம் நிலத்தின் துயர் களைந்து அதன் பரப்பளவையும் கணக்கிட உலகமளக்கும் ஒப்பற்றக் காரியத்தை மேற்கொண்டவன் என்பதே சரி.

குலோத்துங்கனின் பாத அளவு - ஒரு சாண்

நிலம் அளக்கப் பயன்படுத்தப்பட்ட அளவுகோலானது குலோத்துங்கனின் பாத அளவினை அடிப்படையாகக் கொண்டதாகலாம். ஆம்! அப்படித்தான் பாவிக்கப் பட்டிருந்திருக்கும். என்றால், ஒரு சாண் அளவாக இவனது ஒரு பாதத்தின் நீளம் எடுத்துக்கொள்ளப்பட்டுள்ளது என்பதாகும். இதற்குச் சாத்தியமுண்டு.

'தலமானம்' மற்றும் 'மாத்ராங்குலம்' எனும் பண்டைய அளவு முறையானது, முறையே, அரசனின் அல்லது சிற்பியின் கைத்தலம் (உள்ளங்கை) மற்றும் நடுவிரலின் இடைப்பகுதி அளவு சார்ந்ததாகும்.[51] இவை சிற்பம் மற்றும் கட்டடக் கலைக்குரிய அளவுமுறைகள். எனின், பரப்புகளை அளப்பதற்கான நீட்டல் அளவையின் ஓர் அலகாக, முன் கூறியுள்ளவாறு 'சாண்' கையாளப்பட்டிருந்திருக்கும். என்றாலும், நில அளவீடுகளைப் பொறுத்தவரை கைவிரிப்பின் நீட்சியினை விட, பாத நீட்சியே சாண் அளவிற்கு மிகச்சரியாகப் பொருந்தும் என்பேன். இதனால் தான் பாத–அளவு கையாளப்பட்டுள்ளது. அன்றைய மரபின்படி நிலமளக்கப் பதினாறு சாண் நீளமுடைய அளவுகோலே பயன்படுத்தப்பட்டு வந்துள்ளது. அவ்வகையில் குலோத்துங்கனின் பாத அளவின் படியான அளவுகோலால் நிலமளந்த நிலையில் முன் கூறியுள்ளவாறு அதற்குத் 'திருவுலகளந்த ஸ்ரீபாதக் கோல்' எனப் பெயரிட்டு வழங்கியிருப்பது பொருந்துகிறது. பிற எந்த நிலமளந்த கோலுக்கும் இத்தகைய சிறப்புப்பெயர்

வைக்கப்பட்டுள்ளதாக அறியமுடியவில்லை. எடுத்துக்காட்டாக; உலகளந்தகோல் என்று பொதுப்பெயர் கொண்டு தொடக்கத்தில் வழங்கப்பட்டாலும், பின்னர், அது 'சதிரக்கோல்'[52] என்றும் மிகப்பிற்காலப் பல்லவர் காலத்தில் 'சொக்கச் சீயன் கோல்'[53] என்றும் வழங்கப்பட்டு வந்ததை அறியமுடிகிறது. பாண்டியன் ஸ்ரீ வல்லபன் ஆட்சியின் போது நிலமளக்கப் பயன்படுத்தப்பட்ட அளவுகோலுக்கு 'அருள் நிதி அளவுகோல்'[54] எனப் பெயர் வழங்கப்பட்டிருந்தது குறிப்பிடத்தக்கது.

இஃதன்றிக் கட்டடக்கலைக்குப் பயன்படுத்தப்பட்டிருந்த முழக்கோல் (measuring scale) ஒன்றினை அவற்றின் சிற்பியர் இருவருடன் செதுக்கி வைத்திருப்பது குறிப்பிடத்தக்கது. அது சிதம்பரம் ஆடல்வல்லான் கோயிலின் கிழக்குக் கோபுரத்தில் காணப்படுகிறது.[55] அம் முழக்கோல், முதலாவதாக நிற்கும் தலைமைச் சிற்பியின் அடுத்து நிற்கும் சிற்பியின் தோள்வரை நெடிது நிற்கிறது. அது ஆறு அலகுகளாகப் பகுக்கப்பட்டுள்ளது. கிட்டத்தட்ட அதன் ஒவ்வொரு அலகும் ஒன்பது அங்குலங்களாக இருத்தல்வேண்டும். ஐம்பத்தினான்கு அங்குல அளவுள்ள முழக்கோல் அல்லது நான்கரை அடி உயரமுள்ள அளவுகோல் என்பதனை அங்கே செதுக்கிக் காண்பித்துள்ளனர். அம்முழக்கோலினை நோக்கிடுவோமேயானால் அது மூன்று பெரும் அலகுகளுடன் பிரிக்கப்பட்டுள்ளதைக் காணலாம். இடையில் அமைந்த மூன்றும் அவற்றின் உப அலகுகளாகக் கணக்கிடப்பட்டுள்ளன. ஒவ்வோர் அலகும் ஒன்பது அங்குலமாக உப-உள் அளவு என்கிற நிலையில் இவற்றின் இரு அளவே ஒரு முழு அலகாகக் கையாளப்பட்டுள்ளது. 9+9=18 அதாவது 18 அங்குலமே ஒரு முழு அலகின் அளவாக உள்ளது. இது, சரியாக ஒரு முழம் என்கிற பண்டைய மரபு அளவாகும். எனவேதான் இதற்கு முழக்கோல் எனப் பெயரிட்டு வழங்கியுள்ளனர். இது, சிற்பி அல்லது அரசனின் கைகளுக்கேற்ப முழத்தின் நீட்சியளவு, கூடவும் குறையவும் வாய்ப்புண்டு.

மதுரைக்கருகில் உள்ள அழகர்கோயிலின் தாயார் சன்னதி சுவர் அடிப்பகுதியில் ஒரு கோடு வெட்டப்பட்டுள்ளது. இக்கோடு பற்றிய குறிப்பும் அதன் அருகிலேயே கல்வெட்டாகப் பொறிக்கப்பட்டுள்ளது. அதில் இக்கோடு, "திருமாலிருஞ்சோலை நின்றான் மாவலி வானாதிராயன் மாத்ராங்குலம்" என்று குறிப்பிடப்பட்டுள்ளது. இத்தாயார் சன்னதி இக்குறுநில மன்னனான மாவலிவானாதிராயனால் கட்டப்பட்டிருத்தல்வேண்டும். மட்டுமின்றி, இக்கோயில் கட்ட கையாளப்பட்டுள்ள அளவுகோல் இம்மன்னனின் நடுவிரல் அளவின் அடிப்படையில் பின்பற்றப்பட்டுள்ளது என்பதாகும்.[56]

சோழர்கால விஸ்வரூபச் சிற்பங்கள்

இக்கல்வெட்டினை நேரில் படித்து உறுதி செய்தோம். (பார்க்க: நிழற்படம் – எண்: 26)

திருஊரகத்தின் உலகளந்த பெருமாள் கோயில் கருவறை நிலைப்பட்டிகையில் 'கண்டார் கண்டன்' என்ற எழுத்துக்களுடன் இரு சிறப்புக் குறியீடுகளும் பொறிக்கப்பட்டிருந்தன. இவற்றில் ஒன்று ஏர்க்கலப்பை மற்றொன்று பிறை ஆகும். கலப்பை இங்கு வரையப்பட்டிருப்பது ஒரு குறிப்பிட்ட நிலமளவையை உணர்த்துவதற்காக ஆகும். இது பல்லவர் காலத்தில் வழக்கிலிருந்த ஒன்று. நிலமானது; கலப்பை, உழவு, நிபர்த்தனம், பட்டிகா, பாடகம் போன்ற அளவுமுறைகளால் அளக்கப்பட்டிருந்துள்ளது. கலப்பை மற்றும் உழவு முறைகள் கிட்டத்தட்ட ஒரே மாதிரியான அளவு முறைகளாகவே இருக்கலாம்.[57] மாடுகளை ஏரில் பூட்டி கலப்பையால் ஒரு குறிப்பிட்ட நேரம் வரை உழுகிற விளை நிலத்தை ஓர் அளவாகக் கொள்ளப்பட்டிருக்கலாம். விவசாய நிலங்களை அளக்க இம்முறையிலான அளவீடுகள் பயன்படுத்தப்பட்டிருத்தல் வேண்டும். இத்தகைய அளவு முறை சற்றுத் தொன்மையானது என்ற நிலையில் அது பல்லவர் காலத்தியதாகலாம். சோழர்காலத்தில் நிலமளத்தல் முறை வளர்ச்சி பெற்றிருந்தது குறிப்பிடத்தக்கது.

இதுவரை பகுப்பாய்வு செய்த நிலையில்...

திருவூரகத்தின் கோயில் முன்பு நின்றகோலத்துடனான திருமாலின் சிற்பத்துடன் எழுப்பப்பட்டிருந்துள்ளது. அவ்வாறு முதன்முதலாக இக்கோயிலை எழுப்பியவன் இரண்டாம் நந்திவர்மன் ஆவான். இதற்குரிய கல்வெட்டுச்சான்றுகள் கிடைக்கப்பெறவில்லை அல்லது தவறியிருக்கலாம். ஏனெனில், மூலக்கோயிலில் இடம்பெற்றிருந்துள்ள மூன்றாம் நந்திவர்மனின் பதினெட்டாம் ஆட்சியாண்டிற்குரிய கல்வெட்டு ஒன்று பெயர்க்கப்பட்டு, கருவறையை ஒட்டி அமைந்துள்ள திருச்சுற்றின் தரையில் பதிக்கப்பட்டுள்ளதைக் கருதவேண்டும்.[58] இக்கோயில் மறுதிருத்தத்திற்கு உள்ளான நிலையில் அம்மூலக் கோயிலின் கல்வெட்டுகள் அவ்வாறு அன்றைய வழக்கப்படி உட்பகுதியின் தரையில் பதிக்கப்பட்டிருக்கலாம். அக்கல்வெட்டு கூறும் செய்தி சற்று வித்தியாசமானது. வழக்கமாக தேவதானம் பற்றிப் பேசாமல், அது இக்கோயிலில் கற்பூரம் முதற்கொண்டு கோயிலுக்கு வருவோரின் காலணிகள் பாதுகாப்பகம் வரையிலான கோயில் சார்ந்த அனைத்து வியாபாரங்களையும் நடத்த, அனுமதி தந்து ஆணை பிறப்பித்தது பற்றிப் பேசுகிறது.[59] அவ்வகையில், அக்கோயிலில் காணப்படுகிற கல்வெட்டுக்களில் மூன்றாம் நந்திவர்மனின் இக்கல்வெட்டே மிகத்தொன்மையானது

என்பதால் முதன்முதலாக இக்கோயிலைக் கட்டியவன் இவன் தான் என்று துணியலாம். ஆனால், இவனுக்கும் முன் வாழ்ந்த ஆழ்வார்கள் இக்கோயிலைப்பாடிக் குறிப்பிடுவதால் மயக்கம் நேர்கிறது.

மேலும், இரண்டாம் நந்திவர்மனின் கல்வெட்டு முன் கூறியதைப்போல எம்மூலையிலோ மறையப்பெற்றுக் கிடக்கலாம். அறிஞர் கே. கே. பிள்ளை அவர்கள் திருவூரகத்தின் கோயில் இரண்டாம் நந்திவர்மனால் கட்டப்பட்டது என்று குறிப்பிட்டுள்ளார்.[60] ஏதோ ஓர் சரியான தரவு அவரை அவ்வாறு எழுத உதவியுள்ளது.

ஆய்வுக்குள்ளாகியிருக்கும் இவ்விரு கோயில்களிலும் முதலாம் குலோத்துங்கனின் 39 மற்றும் 40 ஆம் ஆட்சியாண்டுக்குரிய கல்வெட்டுகள் காணப்படுகின்றன. இரண்டாவதாகக் குறிப்பிடப் பட்டுள்ள கோயில், நிச்சயமாய் கலிங்கம் வென்ற நிலையில் மறுதிருத்தம் செய்யப்பட்ட கோயிலாக இருக்கலாம். எனினும், இவனது 16 ஆம் ஆட்சியாண்டின் காலத்திலேயே சோழநாடு அளக்கப்பட்டிருப்பினுங் கூட, அதனைப் பெருமைபடுத்தும் விதத்தில் குறியீடுடனான நினைவகம் அமைக்க அவனுக்கு மற்றுமோர் பெருவெற்றி தேவைப்பட்டிருந்தது போலும். அவ்வகையில், அவ்வெற்றி கலிங்கத்தின் மீதான வெற்றியே என்பதில் நமக்கு ஐயமில்லை. அவனது பிற்பகுதி ஆட்சிக்காலத்தில் இவ்விரண்டு கோயில்களும் மறுதிருத்தம் செய்யப்பட்டிருந்துள்ளன. இவற்றின் கருவறைப் புறச்சுவர்களில் இறைக்கோட்டங்கள் அமைக்கப்படவில்லை. இது குறிப்பிடத்தக்கது. இவ்வாறு மறுதிருத்தம் பெற்ற கோயில்களின் புறச்சுவர்களில் இறைக்கோட்டங்கள் தவிர்க்கப்பட்டன போலும்.

திருவூரகத்தின் கோயிலில் குலோத்துங்கனுக்கு முன்பாகவே சோழ அரசர்களின் கல்வெட்டுகள் இடம்பெற்றிருப்பினும் அவை தற்போது வெளிப்புறமாக இரண்டாம் பிரகாரத்தின் வடதிசை மதிற்சுவரில் காணப்படுகின்றன. முதலாம் இராசராசனின் கல்வெட்டும் இங்குதான் பதிவிக்கப்பட்டுள்ளது. இதுதவிர, உதிரியாக இரண்டொரு கல்வெட்டுக்கள் அதே இரண்டாம் பிரகாரத்தின் பின்பக்க மதிற்சுவரிலும் மற்றும் முன்பக்கத்திலுங்கூடத் தொடர்ச்சியின்றிக் காணப்படுகின்றன.

கருவறைப் புறச்சுவர் கல்வெட்டுக்கள்

திருவூரகத்தில் தற்போது பிரகாரச்சுவரில் இருக்கும் குலோத்துங்கனின் காலத்திற்கு முந்தைய கல்வெட்டுக்கள் அனைத்தும், முன்பு மூன்றாம் நந்திவர்மனின் பழையகோயிலில்

பொறிக்கப்பட்டவைகளாகும். இக்கோயில் நின்ற கோலத்துடனான பெருமாளுக்காக முதன்முதலாக இரண்டாம் நந்திவர்மனால் எழுப்பப்பட்டது. பின், மூன்றாம் நந்திவர்மனால் மறுதிருத்தம் செய்யப்பட்டதாகும். எனவே, நடந்தகோலத்துடனான பெருமாளின் விஸ்வரூபக் கோலத்தினை மூலவர் சிற்பமாக, அக்கோயில் பெற்றிருந்துள்ளது. மீண்டும் இக்கோயில் மறுதிருத்தம் செய்யப்பட்டு அப்பழங்கோயிலின் சுவரை ஒட்டியே கற்களைப் புறக்கூடாக அடுக்கி, அகலமும் உயரமும் கூட்டப்பட்ட நிலையில், உட்கூடாக மாறிப்போயிருந்தது. இவ்வாறு உள் அடக்கமாகிப் போன அக்கோயிலின் சுவரில் இருந்த கல்வெட்டுக்களையுடைய கற்கள் பிரிக்கப்பட்டு இரண்டாம் பிரகாரத்தின் மதிற்சுவரில் பயன்படுத்தப்பட்டுள்ளன. *(பார்க்க: நிழற்படம் – எண்: 16, 17)*

புறக்கூடாக உள்ள புதிய கோயிலின் கருவறையின் சிற்றரை மண்டப மற்றும் முகமண்டபப் புறச்சுவரில் வட, தென் திசைச்சுவர்களில் புதிய கல்வெட்டுகள் காணப்படுகின்றன. *(பார்க்க: நிழற்படம் – எண்: 14 & 15)* கூடும். ஆனால் காண அனுமதிக்கப்படவில்லை. காணப்படுபவற்றுள் முதலாம் குலோத்துங்கனின் கல்வெட்டே முந்தையது. குறிப்பாக அர்த்தமண்டபத்தின் தென்திசைச்சுவரில் அவனது கல்வெட்டு இடம்பெற்றுள்ளது. இன்னொன்று முகமண்டபத்தின் வடதிசைச்சுவரில் காணப்படுகிறது.[61] இதனால் இம் மறுதிருத்த புனரமைப்புப் பணியைச் செய்தவன் இவனே என்பது ஆணித்தரமாக உறுதியாகிறது.

இதற்கடுத்தாற்போன்று இரண்டாம் இராசாதிராசனின் (1166 – 1182) ஒன்பதாவது ஆட்சியாண்டின் கல்வெட்டு அர்த்தமண்டபச்சுவரில் காணப்படுகிறது. அடுத்து மூன்றாம் இராசராசன், சுந்தரபாண்டியன் ஆகியோரின் கல்வெட்டுகளும் இடம்பெற்றுள்ளன. முதலாம் இராசநாராயண சம்புவரையரின் கல்வெட்டும் கருவறைப் புறச்சுவரின் தென்பகுதியில் உள்ளது. இவையன்றி அடியத்தின் *(plinth)* பட்டிகை, முப்பட்டைக் குமுதம் மற்றும் பீடக்கட்டு என இவற்றிலும் கல்வெட்டுகள் காணப்படுகின்றன. கல்வெட்டு எழுத்துக்கள் சேதமுறாமல் நன்றாகக் காணப்படுகின்றன.

புதிய விமானத்தின் கருவறைப்பகுதியில், எளிமையான பல்லவர் பாணி அடியமும் (அதிட்டானமும்), அரைத்தூண்களும்; உட்கூடாக பாவிக்கப்பட்டுள்ள பல்லவரின் முன்பிருந்த கோயிலின் பாணியைப் பிரதிபலிப்பவையாகவே உள்ளன. அவ்வாறு நாம் உறுதியாகக் கூறுவதற்குரியக் காரணம் யாதெனில், சோழர்களால் புனரமைக்கப்பட்ட சில குறிப்பிட்ட கோயில்கள்

முன்பிருந்த பல்லவர் காலக் கோயில்களின் மீது ஒட்டியடுக்கிக் கட்டப்பட்டவைகளாக உள்ளன. இது வரலாற்று உலகிற்கோர் புதிய செய்தியாகும். இத்தகைய கட்டுமான நுட்பம் சார்ந்த அரிய செய்தியை இவ்வாய்வு முதன்முதலாக வெளிக்கொணர்ந்துள்ளது.

அவ்வகையில், காஞ்சிபுரத்தில் உள்ள ‘அனேகதங்காவதம்’ என்கிற கோயில் அதற்குரிய சான்று தந்து உதவுகிறது. இக்கோயில் புகழ்பெற்ற கைலாசநாதர் கோயிலுக்கு அருகில் அமைந்துள்ளது. இதில் குலோத்துங்கனின் கல்வெட்டு காணப்படுவது இன்னும் கூடுதலான சிறப்பு. இதன் வடதிசை கபோதத்தின் ஒரு பகுதி–கல் பெயர்ந்து விழுந்துள்ள நிலையில், அவ்விடத்தில் காணப்படுகிற பல்லவர்கால மணற்பாறைக் கல்லால் ஆன கபோதம் *(eaves)* நாம் கருதுவதை உண்மையாக்குகிறது. (பார்க்க படம் எண்: 22, 23) இன்றைய மரபின்படி ஒரு சிற்பத்தின் மீது எவ்வாறு தங்கத் தகடுகளால் அச்சிற்பத்தின் வடிவ அமைதி மாறாமல் பிரதி செய்யப்பட்டுப் பொருத்தப்படுகிறதோ, அதே மாதிரியான நுட்பத்தில்தான், ஏற்கெனவே இருந்த கட்டுமானத்தின் மீது அதன் வடிவம் மாறாமல் கருங்கற் பிரதியாலான பாகங்கள் பொருத்தப்பட்டுள்ளன. எனினும், இம்முறை *(cladding)* திருவெஃகா கோயிலுக்குப் பொருந்தியிருக்கக்கூடும். ஆனால், திருப்பாடகம் மற்றும் திருவூரகம் கோயிலின் கருவறைகள் விசாலப் படுத்தப்பட்டுள்ளன. இதனால் அவைகளில் எத்தகைய அளவில் பல்லவர் கோயில்கள் உட்கூடாகப் பயன்படுத்தப்பட்டுள்ளன என்பது தெரியவில்லை. பல்லவர்களின் முழுக்கோயில்களும் முற்றிலும் அகற்றப்பட்டுக் கட்டப்பட்டவாறு அவற்றின் புறத்தோற்றமும் உள் அமைவும் காணப்படவில்லை. முன்பிருந்த பல்லவர் கோயிலின் புற அளவையே கருவறையின் உள்ளளவாக இப்போது கையாளப்பட்டுள்ளது.

மூலக் கோயிலின் பழையகற்கள்

திருவூரகக் கோயிலின் இரண்டாம் பிரகாரச் சுவரில் பதிக்கப்பட்டுள்ள பழங்கல்வெட்டுகளைக்கொண்ட சிறிதும் பெரிதுமானக் கற்கள் முன்பு, பல்லவர் கோயிலில் பயன்படுத்தப் பட்டிருந்த மூலக் கோயிலின் கற்களாக உள்ளன. இவற்றில் இடம்பெற்றுள்ளக் கல்வெட்டுக்கள் முற்கால, இடைக்காலச் சோழர்களின் அந்தந்தக் கால எழுத்தமைதிகளுடன் காணப்படு கின்றன. இது மட்டுமின்றி, இக்கற்கள் பல்லவர்கள் பயன் படுத்துகிற மணற்பாறைக்கற்களாக உள்ளன என்பது குறிப்பிடத் தக்கது. இப்பிரகார மதிற்சுவர்களில் சற்றுப் பெரியதாகப் பயன்படுத்தப்படுகிற கற்களின் நீள அளவுகளுடன் இல்லாமல் விமானக் கீழ்க்கட்டுமானத்தின் கற்களாகவே இவை உள்ளன.

எனவே முன்பு இருந்த கோயிலின் கற்களைத் தேவைக்கேற்ற அளவில் பிரித்தெடுத்த நிலையில் அவை இவ்வாறு பிரகாரச்சுவர் எழுப்பப் பயன்படுத்தப்பட்டுள்ளன எனலாம். பல்லவர்களின் கல்வெட்டியல் மரபின்படி கல்வெட்டுக்களைத் தம் கட்டுமானங்களில் வலிமைக்காகப் பயன்படுத்தப்பட்டிருக்கும் கடினக்கற்-பட்டிகைகளிலும் மற்றும் வழக்கமான மணற்பாறைக் கற்களிலும் பொறித்து வைத்தனர் என்பது குறிப்பிடத்தக்கது. அவ்வகையில் அவை சற்றுப் பெரிய செய்தியாக இருக்குமேயானால் ஜகதி எனப்படும் கடைமேடைக் கற்களில் இடம்பெறுவதுண்டு. அல்லது சிறிய செய்தியாக இருக்கும் பட்சத்தில் முப்பட்டைக் குமுதத்திலும் மேல் குறிப்பிடப்பட்டுள்ள கருங்கற் பட்டிகையிலும் இடம்பெறுவதுண்டு. எனினும் அவர்கள் சோழர்களைப் போன்று கருவறைச் சுவர்களில் கல்வெட்டுக்களைப் பொறித்ததாக அறியமுடியவில்லை.

பல்லவர் கோயில்களின் தரைத்திட்டத்தின் அடிப்படையில் எவ்வாறு குலோத்துங்கனின் கட்டுமான விரிவாக்கம் நிகழ்த்தப்பட்டுள்ளன என்பதனை உத்தேச விளக்கப்படங்களின் மூலம் விளக்கப்பட்டுள்ளது. இதனால் அதில் இருத்தப்பட்டுள்ள சிற்பங்கள்; முன்பும், பின்பும் எத்தனை உயரம் பெற்றிருந்தன என்பதனையும் அப்படங்களின் மூலம் புரிந்துகொள்ளவியலும். (பார்க்க: கட்டுமான உத்தேச முப்பரிமாணப் படங்கள்: 1–16)

இன்று இரண்டாம் பிரகாரத்தினை மேற்கூரையால் முழுதும் இணைத்துள்ளனர். இதனால்; மறுதிருத்தத்தினால் மாறுபட்ட ஒரு புதிய வடிவமுற்றிருந்துள்ள இக்கோயிலின் வித்தியாசமான ஓர் அழகிய கட்டடக்கலைச் சிறப்பை, பார்க்க இயலாமற் போயிற்று. (பார்க்க: நிழற்படம் – எண்: 12)

அல்லது ஒருவேளை அவ்வாறான மறுதிருத்தத்தினால் விகாரமான கட்டுமானத்தோற்றம் கூடக் காணப்பட்டிருக்கலாம். எவ்வகையாயினும் அவை வரலாற்றுச் சிறப்புமிக்க கலை முனைவுகள் என்றே நாம் ஏற்போம்.

இனிப் பல்லவர் கோயிலின் அளவீடுகளும் அவற்றின் மீதான சோழர் விரிவாக்கப்பணியின் கட்டுமான அளவீடுகளும் கீழே அளிக்கப்பட்டுள்ள சிறு அட்டவணையின் மூலம் எளிதாகத் தெரிந்துகொள்வோம்.

ஆய்வுக்குள்ளாகியுள்ள இரு கோயில்களும் முற்றிலும் புதுப்பித்துக் கட்டப்பட்டவையாகக் காணப்படவில்லை. அவற்றின் நெடிய தோற்றம் சற்றே விகாரமளிப்பவையாக உள்ளன. குறிப் பாக விமான வடிவமைப்பில் உரிய அளவுகளுடன் அமைக்கப்

பல்லவர் கோயிலின் அளவும்
சோழரின் விரிவாக்க அளவும்

கோயிலின் பெயர்	விமான உயரம் (அடி)	கருவறை நீளம் x அகலம்* (அடி) (வெளிப்புறம்)	கருவறை நீளம் x அகலம் (அடி) (உட்புறம்)	கருவறை அர்த்தமண்டபத்துடன் (அடி) (வெளிப்புறம்)	தளம்
திருஊரகம் பல்லவர் மூலக் கோயில்	30’	23’ x 15’	14’ x 7’	23’ x 24’	2
திருஊரகம் சோழரின் மறுதிருத்தமுடன்	48.25’	39’ x 39’	23’ x10’	39’ x 39’	2
திருப்பாடகம் — பல்லவர் மூலக் கோயில்	30’	23’ x 15’	14’ x 7’	23’ x 24’ (அர்த்தமண்டபம் மட்டும் 17’ x 6.4’)	2
திருப்பாடகம் சோழரின் மறுதிருத்தமுடன்	41. 25’	37’ 6” x 29’ 6”	23’ x 10’	37’ 6” x 41’ 3”	2

* சாலகார விமானம் என்பதால் இவ்வாய்வு முழுவதும் செவ்வகத்தின் அடிப்படையிலேயே நீள அகலம் கையாளப்பட்டுள்ளது. அதாவது ஒரு செவ்வகத்தின் நீண்ட பகுதியின் அளவே நீளமாகும். குறைந்த அளவுகொண்ட பகுதி அகலமாகும். இது ஒரு பொது மரபு என்பதற்கிணங்க அவ்வாறே கையாளப்பட்டுள்ளது.

பட்டவைகளாக அவை இல்லை. இவ்வாறு வழக்கத்திற்கு மாறாக நெடிது அமைக்கப்படும் மரபினை மேற்குலகம் கோதிக் பாணி *(Gothic style)* என்று வழங்கியிருந்தது குறிப்பிடத்தக்கது. விஸ்வரூபத் தோற்றத்துடனான நெடிய சிற்பம் நிறுவிட, விமான மேற்கட்டுமான பாகத்தின் உட்புறத்தில் கூடு *(shell)* போன்ற இடைவெளி தேவையாக இருப்பதால் அதன் வெளிப்புறமானது வழக்கமான தள நிர்ணய உயரத்துடன் அமையவில்லை. மாறாகச் சற்று நீட்டம் பெற்று நெடிதாக அமைக்கப்பட்டுள்ளது. ஏனெனில், வழக்கமாக எளிய உயரமில்லாத சிற்பங்களை மூலவர் சிற்பங்களாகக் கொண்ட இருதள விமானக் கோயில்களின் மேற்தளத்திற்குரிய உட்பகுதி, கூடாக அமைந்திருப்பினும் கூட, மிகக்குறுகலாகவே அவற்றின் இடைவெளி அமையும். இதனால், உயரமானச் சிற்பங்கள் அத்தகைய குறுகிய இடைவெளிகளில் நிறுவ இயலாததாகிவிடும் என்பதைக் கருத்தில்கொள்ளவேண்டும். எனினும், வழக்கமாக அமைக்கப்படும் இருதள விமானக்கோயிலின் மேற்கட்டுமானத்தில் குட்டையாக அமையும் முதலாம் தளத்திலேயே உட்புற இடைவெளி வேண்டி இங்கு நீட்டம் பெற்றிருப்பது குறிப்பிடத்தக்கது.

மேலும், உள்ளே இருத்தப்படும் மூலவர் சிற்பம் அதிஉயரம் கொண்டதாக இருப்பின் அதற்குரிய குறிப்பிட்ட கட்டுமானம் ஏதும் பரிந்துரைக்கப்படவில்லை என்றே தெரிகிறது. அதாவது இன்ன இன்ன அளவுகளில் இத்தனை இத்தனை அவயக்கூறுகளுடன் கட்டப்படவேண்டும் என்ற வரையறை இயற்றப்படவில்லை. அவ்வகையில், ஓர் இருபது அடி உயர அளவுடனான சிற்பத்தினைக் கருவறையில் நிறுவிட இத்தகையதொரு விமானம் தான் அமைக்கப்படவேண்டும் அதுவும்; குறைந்த பட்சம் மூன்று அல்லது நான்கு தளத்துடனான அமைவுடன் என்றெல்லாம் எந்தக் கட்டடக்கலை இலக்கண நூல்களும் குறிப்பிடவில்லை. இதிலிருந்தே தெரிகிறது அவ்விரு கோயில்களும் முன்பு உரிய மூல வரைதிட்டத்தின் கீழ் அமைக்கப்பட்டிருந்தாலும் கூட ஒரு காரணத்தின் பேரில் மறுதிருத்தம் பெற்ற ஒன்றாகவே காணப்படுகின்றன. இன்னும் எளிமையாகச் சொல்வோமேயானால், வழக்கமான அளவுகளுடனான ஓர் இருதளவிமானக்கோயிலை, மேலும் நெடிதாக நீட்டி, நீட்டியதோடு அல்லாமல் அகலப்படுத்தியும் உயரமாக்கியும் வைத்தனர் எனலாம்.

திருப்பாடகக்கோயிலின் விமானத்தின் அடியம் (அதிட்டானம்) இப்போது முழுமையாகக் காணப்படவில்லை. அது முப்பட்டைக் குமுதத்தின் இரண்டாம் பட்டைவரை மட்டுமே காணப்படுகிறது. இன்றைய தரை அமைவு அதன் மீதிப் பாகங்களைப் புதையச்

செய்துள்ளது. இதனால், புதைந்த பாகங்களில் அதாவது பீடக்கட்டு (ஜகதி) பகுதிகளிலிலும் கூட கல்வெட்டுகள் இருந்திருக்க வாய்ப் புண்டு. ஒருவேளை அவ்வாறு இருந்தால் அவை தொல்லியல் துறையினரால் படியெடுக்கப்படவில்லை. இக்கோயிலில் குறிப்பாகத் தென்திசை அடியத்தின் குமுதப் பட்டைகளில் கல்வெட்டுகள் காணப்படுகின்றன. பட்டையின் அகலக் குறைவிற் கேற்ப இரண்டுவரிகளுடன் காணப்படும் இக்கல்வெட்டுகள் நடுப்பட்டையிலும் தொடர்கிறது. மூன்றாவது பட்டை உள்வாங்கிச்செல்வதால் பொதுவாகக் கல்வெட்டு அதில் பொறிக்கப்படுவதில்லை. ஒருவேளை செய்தி நீண்டதாக இருந்தால் அச்செய்தியின் தொடர்ச்சி அதன் கீழமையும் ஜகதியிலும் தொடரும். ஆக, தென்திசையில் இடம்பெற்றுள்ள கல்வெட்டு "புகழ் சூழ்ந்த புணரி யகழ் சூழ்ந்த புவியில் பொன்னேமி யளவும் தன்னேமி நடப்ப"... எனத் தொடங்கும் நிலையில் இக்கல்வெட்டு நிச்சயமாக முதலாம் குலோத்துங்கனுடையதே ஆகும். தெளிவிழந்து காணப்படும் இக்கல்வெட்டினைக் களப்பணியின் மூலம் கண்டுணர்ந்து குலோத்துங்கனின் கல்வெட்டு என அறிந்தோம். நாற்பத்தைந்தாவது ஆட்சியாண்டிற்குரிய கல்வெட்டாக அது இருத்தல்வேண்டும். தொண்ணூறு வரிகளுடனான நீளமான செய்யுள் இது. முப்பட்டைக் குமுதத்தைத் தொடர்ந்து ஜகதியிலும் நீண்டு அது இடம்பெற்றிருக்கவேண்டும்.

இதுதவிர, மேற்கின் குமுதத்திலும் மிகக்குறுகியக் கல்வெட்டு காணப்படுகிறது. கிட்டத்தட்ட வடபுறத்தில் தொடங்கும் வரியானது முக்கால் பாக நீளத்துடன் தென்புறமாகச் சென்று மடங்கி கீழ் வரியில் தொடர்கிறது. கீழ்வரி சற்று நீளம் குறைந்ததாகும். இக்கல்வெட்டினை அருகில் சென்று படிக்க இயலவில்லை. வேலி எழுப்பி அருகில் செல்லமுடியாமல் தடுத்துள்ளனர். அர்ச்சகர்களின் கெடுபிடி வேறு. மேலும், கருவறை மற்றும் அர்த்தமண்டபச் சுவர்ப்பகுதிகளில் கல்வெட்டுகள் ஏனோ காணப்படவில்லை. விரிவாக்கப்பணிகளும் இக்கோயிலில் பெருமளவு நடந்ததாக இல்லை. தென் மேற்கில் தாயார் சன்னதி இணைக்கப்பட்டுள்ளது. இதில் எவ்வொரு கல்வெட்டும் காணப்படவில்லை. வடகிழக்கு மூலையில் குளம் இடம்பெற்றுள்ளது.

முதலாம் குலோத்துங்கனுக்கு முந்தைய சோழ அரசர்களின் கல்வெட்டுகளும் பல்லவரின் கல்வெட்டும் காணப்படவில்லை. ஒருவேளை உட்கூடாகி நிற்கும் பல்லவரின் கோயிற் சுவர்களில் இன்னும் மறைந்து கிடக்கின்றனவோ எனத்தெரியவில்லை. தவிர, ஒரேயொரு பிரகாரத்தினை மட்டுமே கொண்ட இக்கோயிலின் பிரகாரச்சுவர்கள் முழுதும் சிமெண்ட் மற்றும்

சுண்ணாம்பு பூசி மறைக்கப்பட்டுள்ளதால் அவற்றில் ஒருவேளை பழங்கல்வெட்டுகள் இடம்பெற்றிருந்திருக்கும் பட்சத்தில் தற்போது காணமுடியவில்லை. தாயார் சன்னதியானது பிரித்தெடுக்கப்பட்ட மணற்பாறைக்கற்களால் எழுப்பப்பட்டிருப்பது குறிப்பிடத்தக்கது. அவற்றில் கல்வெட்டுக்கள் ஏதும் காணப்படவில்லை.

இனி ஆய்வு தந்த முடிவுகள்

வழக்கத்திற்கு மாறாகக் காணப்பட்ட கட்டுமானத்தின் நெடிய மற்றும் திடத்தோற்ற அமைதியும் உள் இருத்தப்பட்டிருக்கும் மூலவர் சிற்பத்தின் நெடிய தோற்றமும் நமக்கு அசாதாரணத்தினை உணர்த்தின. இதனால் தலவரலாற்றினை அணுகினோம். எனினும் அதனைப் படித்துவிட்டு சரிதான் என்று சமாதானமாகி விடமுடியவில்லை. சில செய்திகள் அல்லது குறைந்த பட்சம் ஒரு புள்ளி அளவிலேனும் சில உண்மைகளும் அவற்றில் கிடப்ப துண்டு. ஆயினும், அது மிக மிக நுணுகிய உண்மையையே தாங்கி யுள்ள நிலையில் பல்லவரின் அதீத திறத்தின் மீதான நல்லெண்ணத் தினால் எதையும் எளிதாக விட்டுவிடத் தோணவில்லை. இதனால்தான் எமது நெருடல் கருதுகோளாக உருபெற்றது.

அவ்வகையில், நாம் எடுத்துக்கொண்ட பொருண்மை மிகத்தெளிவானதாகும். வழிபாட்டுத்தலங்களின் கருவறைகளில் மூலவர்ச்சிற்பங்கள் வழக்கத்திற்கு மாறாக மிக உயரமான சிற்பங்களைக் கொண்டதற்கான காரணம் கண்டறியும் விசாரணை சார்ந்ததாகும். மிக உன்னிப்பாக உற்றுநோக்கி, கருத்துக்கள் உணரப்பட்டுள்ளன. உணர்ந்தவைகளை வரலாற்றுக்குள் பொருத்தி சரிபார்க்கப்பட்டுள்ளது. சரிபார்க்கப்பட்டவை அனைத்தும் ஒப்பீடு செய்யப்பட்டன. இவ்வொப்பீட்டின் ஒரு அணுகுமுறையின்படி அவற்றின் சமகாலத்தில் பாடப்பட்ட பக்தி இலக்கியப் பாயிரங்கள் தந்த குறிப்புகளுடன் ஒப்பிட்டு முடிவுகள் பெறப்பட்டன. இதனால், அவற்றின் காலம் மற்றும் எழுப்பிய அரசர்கள் எவர் என இனங்காணமுடிந்தது.

“இருபதுஅடி உயரஅளவிலான விஸ்வரூபச் சிற்பங்களை மூலவராகக்கொண்ட கோயில்களை முதன்முதலாக மிகப்புதிதாக நிர்மாணிக்க வேண்டும் என்ற நிலைப்பாடு ஒருவேளை குலோத்துங்கனுக்கு இருந்திருந்தால், நிச்சயம் அவன் நான்கு தள அல்லது குறைந்தபட்சம் மூன்று தளத்துடனான கோயிலையே நிர்மாணித்திருந்திருப்பான். அவ்வாறு புதிய கோயில்களை எழுப்புகிற நிலையில், அவை; அதே காஞ்சிபுரத்தில் வேறு பிற இடங்களில் அமைந்திருக்கக்கூடும். ஆக, அவன் அவ்வாறு எண்ணாமல் முன்பிருந்த விஸ்வரூபச் சிறப்புக் கோயில்களான பல்லவரின் பாடகம் மற்றும் ஊரகத்தின் கோயில்களையே

தேர்ந்தெடுத்து, மீண்டும் அவற்றில் விஸ்வரூபச்சிற்பங்களை இன்னும் பெரிதாக மாற்றி அமைத்தான் என்பதாகும்."

முன்பிருந்த அதே பல்லவர்கோயிலின் வடிவ முறைகள், தள நிர்மாணங்கள் பின்பற்றப்பட்டுள்ளன. துல்லியமாக, பல்லவர் கோயிலின் தரைத்திட்டத்தின்படியே அதே கடைக்கால்களுடன் இணைப்பிட்டு, பல்லவரின் சுவர்களும் ஏதோ ஒரு வகையில் பயன்பாட்டிற்கிணங்கப் பயன்படுத்தப்பட்டுள்ளன. பல்லவரின் பழங்கூறுகளும் சோழர்களின் புதியகூறுகளும் இணைக்கப்பட்ட கோயில்களாகவே அவை திருத்திய பதிப்பாய்ப் புதிய உருப் பெற்றன.

அவ்வகையில் கண்டறிந்தவைகளாகக் கட்டட, சிற்பச்சான்றுகளின் அடிப்படையில் . . .

1. திருப்பாடகம் மற்றும் திருவூரகம் எனும் இவை இரு தளக்கோயில்களே. இவை மூன்று அல்லது நான்கு தள விமானத்திற்குரிய உயரம் மற்றும் நீள அகலம் கொண்டவையாக இருக்கின்றன. இதனால் விகாரம் காணப்படுவது உண்மையே. பருத்துள்ள அவற்றின் சிகரம் இயல்பாக இல்லை. ஆதலால் இவை முன்பிருந்த கோயில்களின் மறுதிருத்தங்கள் என முடிவு செய்தோம்.

2. இயல்பற்ற கூடுதல் அல்லது மிகைப்படுத்தப்பட்ட அளவுகளுடன் இரு தள விமானங்கள் ஏன் அமைக்கப்பட்டன என்கிற கேள்வி கருதுகோளுக்கிடையே கிளைத்தெழுந்தது.

3. ஆக, ஈட்டிய குறிப்பிட்ட இரு வெற்றிகளை வரலாறாகக் கொண்டாடவேண்டி; அவற்றிற்குரிய குறியீட்டு நெடிய உருவங்கள் இருபொருள்பட அமைக்கவேண்டிய காரணம் அடிப்படையாக இருந்துள்ளதைத் தெளிவாக உணர்ந்தோம். இவ்வரிய மரபு முதன்முதலாகப் பல்லவர்களால் தோற்றம் பெற்ற நிலையில் சோழன் குலோத்துங்கனால் பின்பற்றப்பட்டிருந்தது.

4. "கொண்டாடவேண்டி அவற்றிற்குரிய குறியீட்டு நெடிய உருவங்கள்" என்கிற இக்காரணம் வலுவான அடிப்படையாய் அமைந்துவிட்டதால்தான் முன்னர் பல்லவரால் எழுப்பப் பட்டிருந்த கோயில்கள் பின்னர் அவ்வாறான காரணங்களுக் காகவே மற்றுமொருமுறை சோழரால் மாற்றங்களுடன் திருத்தம் பெற்றிருந்துள்ளது.

சிற்ப மற்றும் கட்டடக்கலையினிடையே நிகழ்வுற்றிருக்கும் மாற்றங்களை இயன்றவரை நம்மால் இனங்காண முடிந்தது. அவ்வாறான மாற்றம் நிகழ்ந்துள்ளமை வெளிப்படையாய்த்

தெரிகிறது. எனினும் இம்மாற்றம் நிகழ்ந்துள்ளது உண்மையே என இன்னொரு தரப்பின் மூலம் உறுதி பெறமுடிந்தது. மாற்றங்களுக்கு முன் அக்கோயில்களின் நிலைப்பாடு என்ன என்பதனை அதன் சமகாலத்திய ஆழ்வார்கள் அவற்றின் மீது பாடி வைத்துள்ள பாயிரங்கள் மூலம் உறுதிபெறலாம்.

இவற்றின் முன் பின்

1. முதல் மூன்று ஆழ்வார்களில் மூன்றாம் நபரான பேயாழ்வார் "இசைந்த அரவமும் பெற்பும் கடலும்"... என்று தொடங்கும் தம் பாயிரம் ஒன்றில் "கிடந்திருந்து நின்றதுவுமங்கு" என திருவெஃகாக் கோயிலின் பெருமாளைக் குறிப்பிடுகிறார். இவரின் கூற்றின் மூலம் முன்பு கிடந்த கோலத்துடனான பெருமாளாக இருந்த அவர்; அதே திருவெஃகாக் கோயிலில் அமர்ந்தவராகவும், பின் நின்றபெருமாளாகவும் என மூவகைக் கோலத்துடன் ஒரே தளத்தின்கண் காட்சிதருகிறார் என ஓர் புதிய விளக்கம் பெறப்பட்டது.

2. பல நூறு ஆண்டுகளாகக் கிடந்த கோலத்துடனான பள்ளி கொண்ட பெருமாளுக்கென ஒரு தனித்த கோயிலாகவே திருவெஃகாவின் கோயில் இருந்துள்ளது. பின் அக்கோயிலில், மேலும் இருகோயில்கள் துணைக் கோயில்களாக எழுப்பப் பட்டிருந்தன. அவற்றில் இருந்த மற்றும் நின்ற கோலத்தினுடனான பெருமாளின் சிற்பங்கள் நிறுவப்பட்டிருந்துள்ளன. அவ்விரு துணைக்கோயில்களும் இராஜசிம்மனால் எழுப்பப்பட்டிருந்திருக் கலாம் எனக் கருதிட ஆழ்வாரின் பாடல்கள் உறுதுணையாயின.

3. முதல் மூன்று ஆழ்வார்களில் இரண்டாமவரான பூதத்தாழ்வார் பாடகத்தின் பெருமாள் கோயிலைக் குறிப்பிடுகிறார். அதே இராஜசிம்மன் அழகியற்சிறப்புடன் கூடிய ஒரு தனித்த கோயிலையே 'இருந்த கோலத்துடனானப் பெருமாளுக்கு' எழுப்பிவிட்டான். என்றால் இதுவே 'விண்ணெடியம்' எனப்படும் விஸ்வரூபச்சிற்பத்திற்கான முதலாம் கோயிலாகிறது. அக்கோயில் இன்று பாண்டவத்தூதப் பெருமாள் கோயிலாக அறியப்படுகிற நிலையில் பல்லவர் காலத்திய இயற்பெயர் அறிய இயலவில்லை.

பாடகத்தின் புதிய கோயிலை அனுபவமேற்கும் பூதத்தார், வழக்கமான கண்மட்ட அளவிலான அல்லது காட்சிக்குள் அடங்குகிற மூலவர் சிற்பம் அங்கு காணப்படாத நிலையில், உற்றுப்பார்த்து, ஓ! இது நெடிதுயர்ந்த சிற்பம்! எனவும், இறைவனின் திருமுகம் அதோ உயரத்தில் தெரிகிறது! என வியப்புப் பொங்கப் பதிவு செய்திருக்கிறார். அவ்வாறே உற்றுப்பார்த்து வணங்கச் சொல்லிப் பிறருக்குப் பரிந்துரைப்பதிலிருந்தே நிச்சயம் அங்கு

இராஜசிம்மன், வழமைக்கு மாறான விஸ்வரூபச் சிற்பத்தினை, சோழருக்கு முன்பே நிறுவியிருந்துள்ளான் என்பது புலனாகிறது. 'உற்று' என்கிற பூதத்தாழ்வாரின் அவ்வொற்றைச் சொல்லுக்குள் இத்தகையக் கருத்துக்கள் பொதிந்து அழகியல் கூடிநிற்பது குறிப்பிடத்தக்கது.

4. திருவூரகத்தின் பெருமாள் கோயில் முன்பு இரண்டாம் நந்திவர்மனால் எழுப்பப்பட்டிருந்துள்ளது. இது நின்ற திருக்கோலத்திற்கான தனித்த முதலாம் கோயிலாக இருந்திருக்கலாம். இதனைப் பொய்கை மற்றும் பூதத்தாழ்வார் பாடவில்லை. எனவே இக்கோயில் அவர்களுக்குப் பின்பு எழுப்பப்பட்டதாகலாம். இக்கோயிலை இவர்களுக்குப் பின் வந்த திருமழிசை ஆழ்வார் பாடியுள்ளார்.

5. திருமழிசை ஆழ்வார் திருவூரகத்தின் கோயிலைப் பாடுகிற வாய்ப்பினைப் பெற்றவராகிறார். ஆய்வுக்குள்ளாகியுள்ள மூன்று கோயில்களின் இருப்பு நிலையை அவரின் சொல்லாடல் துல்லியமாகக் கணிக்கிறது. அவ்வகையில் வெகு காலத்திற்கு முன்பிருந்தே வெஃகாவில் கிடந்திருந்த பெருமாள்; ஊரகத்தில் நின்றவாறும், பாடகத்தில் இருந்தவாறும் காட்சி தந்துகொண்டிருப்பது அண்மையில் தான் என்கிற தொனியில் சுட்டுகிறது "நின்றதெந்தையூரகத்து" எனத்தொடங்கும் அவரது பாடல். அதுமட்டுமின்றி, தாம் பிறப்பதற்குச் சில ஆண்டுகளுக்கு முன்பாகத்தான் ஊரகம் மற்றும் பாடகத்திலும் பெருமாள் நிற்கவும் இருக்கவும் தொடங்கிய நிலையில்; பல ஆண்டுகளுக்கு முன்பே வெஃகாவில் கிடந்துகொண்டு இருப்பதாகவும், அவற்றின் இருப்பின் இயல்புகளைப் பதிவு செய்துள்ளார்.

இவருக்குப்பின் வந்த திருமங்கை ஆழ்வாரின் காலத்தில், காஞ்சிபுரத்திலும் இன்னும் பிறவிடங்களிலும் பெரும்பாலான பெருமாள் கோயில்கள் எழுப்பப்பட்டிருந்துள்ளன. ஆதலால், இவரது பாடல்களில் முக்கோல மரபிற்கான எவ்வொரு அழுத்தமும் பிரதிபலிப்பதாயில்லை. வெகு இயல்பாக நடைமுறையிலிருக்கும் கோயில்களின் பெயர்களைத் தமது பாடல்களில் குறிப்பிட்டுள்ளார். என்றாலும், திருமங்கையாழ்வாருக்குப் பின்பே மூன்றாம் நந்திவர்மனால் ஊரகத்தின் பெருமாள் கோயிலின் நின்ற பெருமாள் சிலை அகற்றப்பட்டு, உலகளந்த பெருமாளின் விஸ்வரூபச்சிற்பம் நடந்த – மூலவராகப் பொருத்தப்பட்டிருந்தது என யூகிக்கலாம்.

இதனால், அம்மூன்று கோயில்களுக்கிடையேயான பரிமாற்றச் சிறப்புகள் பூதம், பேய் மற்றும் திருமழிசை ஆழ்வார்களால் பதிவினைப் பெற்றுவந்துள்ள நிலையில், திருமங்கை

ஆழ்வாரால் இயல்பாகவே குறிப்பிடப்பட்டிருந்துள்ளது. எனினும், சிறப்புத்திருத்தம் பெற்றிருந்த ஊரகத்தின் கோயிலின் பரிமாற்றத்தினைக் கொண்டாடவும் குறிப்பிடவும் திருமங்கைக்கு வாய்ப்பில்லாமற்போனது. அவரின் மறைவிற்குப் பின்பே அத்தகைய மாற்றம் நிகழ்ந்திருத்தல்வேண்டும்.

கட்டடக்கலையியற் கோணத்தின்படி

இவ்விரு கோயில்களிலும் பல்லவர் கோயில்களின் கட்டுமானத்தினை உட்கூடாகப் பயன்படுத்தியிருக்கலாம். முழுவதுமாகப் பயன்படுத்தினரா என்று கூறமுடியவில்லை. ஏனெனில், அவற்றின் வளாகங்களில் உள்ள பிற துணைக் கோயில்களின் கற்கள் யாவும் பல்லவர் காலத்தின் மணற்பாறைக் கற்களாக (sand stone) உள்ளன. பிரிக்கப்பட்ட அல்லது பகுதியாகப் பிரிக்கப்பட்ட பல்லவர் கோயிலின் கற்களாகவே அவை உள்ளன. இவை தவிரப் பிரகார மதிற்சுவரின் கற்களும் மணற்பாறைக் கற்களே என்பது குறிப்பிடத்தக்கது. திருஊரகத்தின் இரண்டாம் பிரகாரத்தினுடைய மதிற்சுவர் பிரிக்கப்பட்டு மீண்டும் விசாலப்படுத்தப்பட்ட கருவறையின் அளவுகளுக்கு இணங்க வெளிவாட்டமாகத் தள்ளி எழுப்பப்பட்டுள்ளது. மூன்றாம் நந்தியின் காலத்திலேயே அப்பிரகாரச்சுவர் இருந்திருத்தல்வேண்டும். குலோத்துங்கனின் காலத்தில் சில இணைப்புகளுடன் மறுதிருத்தத்திற்கு உள்ளானது. இந்நிலையில் விமானத்தின் முன்பாக முகமண்டபம் ஒன்று இணைக்கப்பட்டு அதனையும் உள்ளடக்கியதாய் இப்போது அவ்விரண்டாம் பிரகாரம் மாற்றம் பெற்றுக்கொண்டது. இந்த மாற்றத்தின்போது பிரிக்கப்பட்ட பல்லவர் மூலக்கோயிலின் கல்வெட்டுகள்தான் இப்பிரகார மதிற்சுவரில் பதிக்கப்பட்டுள்ளன என்பதாகும்.

இதுதவிர கோபுர நுழைவுடன் அமைக்கப்பட்டுள்ள வெளிப்பிரகாரத்தின் மதிற்சுவரானது ஏறக்குறைய ஆறடி நீளமும் இரண்டடி உயரமும் கொண்ட கற்களால் அடுக்கி எழுப்பப்பட்டுள்ளது. இக்கற்களும் மணற்பாறைக் கற்களாக உள்ளன, இக்கற்கள் சிலவற்றில் பிறை நிலவின் கோட்டுருவங்கள் பொறிக்கப்பட்டுள்ளன.

பல்லவரின் கட்டடக்கலையைப் பொருத்தவரை இருதள விமானக் கோயிலாயினும் அவற்றின் சுவர்கள் தடித்த பருமனாக அமையும். எடுத்துக்காட்டாக இருதள அல்லது ஒருதள விமான அளவுடைய காஞ்சிபுரத்தின் ஐராவதேஸ்வரர் கோயிலின் கருவறையானது, அதன் சிற்றறை மண்டபத்தினைச் சேர்க்காமல் 14'6" x 14'6" அளவுடையதாகும். இதன் கருவறை 6'6" x 6'6" அளவுமட்டுமே கொண்டுள்ளது. எனின், கருவறைச் சுவரின்

தடிமன் 4 அடியாகும். தவிர, முன்புறமாகத் தொடரும் சிற்றறை மண்டபமானது மேலும் 6 அடியாக நீள்கிற நிலையில் இதன் சுவற்றின் தடிமன் 2 அடிகளாகக் குறைக்கப்பட்டுள்ளது.[62] ஏனெனில், மிகச்சரியாகக் கருவறையின் மீதே விமான மேற்பாகம் உயருகிற நிலையில் அவ்வாறு கூடுதற் தடிமனுள்ள சுவர்கள் கருவறைக்கு மட்டுமே அமைக்கப்பட்டிருந்தன. விமான மேற்பாகத்தின் பளுவைத் தாங்குவற்காக அவ்வாறு கருவறைச் சுவர்கள் அகலம் கூடிநிற்கும்.

மேலும், செவ்வக வடிவக் கருவறையை உடைய சாலகார விமானத்தின் முன் மாதிரியாக; மாமல்லபுரத்தின் 'அத்யந்த காமபல்லவேஸ்வர கிருஹம்' (கணேச-ரதம்) விளங்குகிறது. ஒற்றைக் கற்-கற்றளியான (Monolithic Temple) இக்கோயில் இருதள விமான அமைவுடன் அமைந்ததாகும். இதன் தரைத்திட்ட அளவினை ஓர் அடிப்படையாக எடுத்துக்கொள்வது சரியானத் தீர்வாக அமையலாம். ஏனெனில், ஆய்விடப்படும் நமது இரு கோயில்களும் சாலகார விமானக் கோயில்களே. அவ்வகையில், அக்கற்றளி 20 அடி நீளம் மற்றும் 11' 6" அடி அகலத்துடன் வடிவமைக்கப்பட்டதாகும். குறிப்பிடப்பட்டுள்ள 11' 6" அடி அகலமென்பது முன்மண்டபமான சிற்றறையையும் சேர்த்த அளவாகும். எனினும் சிற்றறை-முன்மண்டபமானது கருவறையிலிருந்து உள்ளடங்கியதாக அமையாமல் கருவறையின் அளவிலேயே பகுதியாக அமைக்கப்பட்டிருப்பது குறிப்பிடத்தக்கது. இக்கற்றளி விமானத்தின் தரைத்திட்ட அளவுகளுடன் ஓரிரு அடிகள் கூடுதலாக்கப்பட்டு முன்பு இருந்த பாடகத்தின் பல்லவர் கோயிலில் கையாளப்பட்டிருந்திருக்க வேண்டும். எனினும், முன் மண்டபமாகிய சிற்றறை மண்டபம் கணேசரதம் போன்று கருவறையிலேயே பகுதிபெறாமல் முன் துறுத்தப்பட்டதாய், அகலத்தில் சிறு உள்ளடக்கம் பெற்று அமைக்கப்பட்டிருக்கவேண்டும். ஆம், அப்படித்தான் அமைத்திருப்பார்கள்.

அவ்வகையில், இருபத்திமூன்று அடி அகலத்துடன் அமைக்கப்பட்டுள்ள கருவறையின் முன்புறமாக இருபுறத்திலும் ஒரு அடியளவில் உள்ளடங்கிய நிலையில் சிற்றறை-முன்மண்டபம் 21 அடி நீளம் மற்றும் 9 அடி அகலத்துடன் அமைந்திருக்கவேண்டும். என்றால், அதன் உள்ளளவு 17' x 6' 4" ஆக இருந்திருக்கவேண்டும். இத்தகைய அளவுகளுடன் எழுப்பப்பட்டிருந்த கோயிலில்தான் ஒன்பது அடி உயரம் கொண்ட அமர்ந்த நிலையிலான விஸ்வரூபத் தோற்றத்தினை முன்பு இராஜசிம்மன் மூலவர் சிற்பமாக நிறுவியிருந்துள்ளான். ஆக, மேற்குறிப்பிடப்பட்டுள்ள அவ் அளவுகளை வைத்துத்தான்

குலோத்துங்கனால் விரிவுபடுத்தப்பட்ட அவ்விமானத்தினை நாம் உரிய மற்றும் உத்தேச அளவுகளுடன் கண்டுணர்ந்து வெளிக்கொணர்ந்துள்ளோம். அவ்வகையில் பல்லவனின் பாடகக் கோயிலின் கருவறை மட்டும் *23' x 15'* அடி அளவுகளுடன் அமைந்து சிற்றறை–முன்மண்டபம் *21' x 9'* அடி அளவில் இணைந்து நின்றிருந்திருக்கும். இனி இக்கோயிலின் அளவுகளின் படி எவ்வாறான அளவுகளுடன் குலோத்துங்கன் இக்கோயிலை மறுதிருத்தம் செய்து விசாலமாக்கினான் என்பதைப் பார்ப்போம்.

குலோத்துங்கனால் விரிவாக்கம் செய்யப்பெற்ற பாடகத்துக் கோயிலின் கருவறை அதன் உட்புற அளவாக *23' x 10'* அடி நீள அகல அளவுகளுடன் விசாலம் பெற்றதாகும். எனவே இதற்கிணங்க, அதன் புறக்கட்டுமானமானது முன்பிருந்த பல்லவரின் சிற்றறை–முன்மண்டபத்தினையும் *(porch)* உள்ளடக்கிய நிலையில் *37' 6"* அடி நீளமும் *29' 6"* அடி அகலமும் கொண்டு விரிவுபெற்றதாயிற்று. இதனால், *7' 3"* அடி அகலத்துடன் திடகாத்திரமாக உள்ள அதன் வட மற்றும் தென்புறச்சுவர்கள் தம் மேலுள்ள பருத்த சிகரத்தினை எளிதாகத் தாங்கிடும் அளவில் அமைக்கப்பட்டுள்ளன.

சோழரின் விமானமானது கருவறையை *23' x 10'* என்ற பரப்பளவுடன் பெற்றுள்ள நிலையில் பல்லவரின் முன்பிருந்த சிற்றறை முன்மண்டபத்தினையும் உள்ளடக்கியதாய் அவ்விமானம் சதுரப்படுத்தப்பட்டுள்ளது. இது ஒரு செவ்வகக் கட்டுமானம் எனினும் தொண்ணூறு விழுக்காடு சதுரக்கட்டுமானமேயாகும். எனவேதான், இவ்விமானத்தின் மேற்கட்டுமானம் சொல்லப்போனால் மரபின்படி மிகச்சரியாகக் கருவறையின் மீதே எழும்பி நிற்கவேண்டும். என்றால் *23' X 10'* உட்புற அளவுள்ள கருவறை தமது வெளிப்புற அளவாகச் சிற்றறை முன்மண்டபம் இன்றி *7' 3"* அடி அகலச் சுவரினைப் பெற்றுள்ள நிலையில் *39' 6" X 24' 6"* என்கிற மிகச்சரியான செவ்வகக் கட்டுமானத்தினையே பெற்றிருந்திருக்கும். எனினும் அவ்வாறு அமைக்கப்படாமல் மொத்தக் கட்டுமானத்தின் மீதே மேற்கட்டுமானம் எழுப்பப்பட்டுள்ளது. இதனால் மேற்கட்டுமானமும் ஏறக்குறைய சதுரக் கட்டமைப்புடன் காணப்பட்டுகிறது. ஆனால், பிற கோயில்களில் அர்த்தமண்டபம் எனப்படும் சிற்றறை – முன்மண்டபம் தவிர்த்து மிகச்சரியாகக் கருவறையின் மீதே மேற்கட்டுமானம் எழுப்பப்படுகிறது என்பது குறிப்பிடத்தக்கது.

எனவேதான், மேற்கட்டுமானத்தின் ஆர வரிசையானது (ஹாரம்) தமது விமானக் குறுமாதிரிகளின் அலங்காரக்

கோர்வைக்குரிய கீழ்தொடரும் கூறுகளைக் கீழ்க்கட்டுமானத்தின் சுவர்களில் காணமுடியவில்லை. மாறாக, அவை அரைத் தூண்களால் பகுக்கப்பெற்றுள்ள நிலையில் வெறும் சுவர்களாக விடப்பட்டுள்ளன. ஏனெனில், கோட்டத்திற்குரிய உட்குழிவான மாடம் அமைத்தால் மேலுள்ள ஆரக்கூறுகளின் எதனின் கீழான தொடர்ச்சி என்பதனை வரையறுக்க முடியாமல் குழம்ப நேரிடும். இந்நிலையில், இக்கோயிலில் ஆர வரிசை எவ்வாறு அமைக்கப்பட்டுள்ளது என்பதினைக் காண்போம்.

ஆர வரிசை

ஆர வரிசையானது பல்லவர் கோயிலின் கருவறை மற்றும் அதன் சிற்றறை – முன்மண்டபத்தினையும் சேர்த்து உட்கூடாகப் பாவித்திருப்பதனால் சதுரமுமற்ற செவ்கமுமற்ற ஒரு கட்டுமானமாக அமைந்துவிட்டது. இதனால், இதன் மேற்கட்டுமானத்தின் கட்டடக் கூறுகளைப் பிரிப்பதில் சமம் பேணப்படவில்லை. பின் முன் புறத்தில் ஓர் அடிப்படையிலும், பக்கவாட்டில் வேறாகவும் பகுக்கப்பட்டுள்ளன. அவ்வகையில் தெற்கு வடக்கின் மேற்கட்டுமானத்தின் ஆர வரிசையானது:

ககூ – ஒசிநா – ப – சிநா – சாகூ – ஒசிநா –ப – சிநா – ககூ

(ககூ – கர்ணகூடம் / ஒசிநா – ஒற்றைச் சிறு நாசி / ப – பஞ்சரம் / சாகூ– சாலகூடம்)

என்ற வரிசையில் கோர்க்கப்பட்ட அமைப்பு கொண்டுள்ளது. பின்புற அதாவது மேற்கின் ஆரவரிசையானது:

ககூ – இசிநா – சாகூ – இசிநா – சாகூ – இசிநா – ககூ

(இரட்டைச் சிறு நாசி)

என்ற வரிசை அமைவில் கோர்க்கப்பட்டுக் காணப்படுகிறது. *(பார்க்க: நிழற்படம் – எண்: 7)* இங்கு பின்புற ஆர அமைவில் பஞ்சரம் என்ற கூறு தவிர்க்கப்பட்டிருப்பதைக் காணவியலும். ஆரச்சுவரிலேயே சிறு நாசிகள் என்பன புடைப்புக் கொண்டுள்ள நிலையில் அவை விமானத்தின் பக்கவாட்டு ஆரவரிசையில் அதன் விமானக் கூறுகளிடையே ஒற்றை எண்ணிக்கையிலும், பின்புறத்தில் இரட்டையாகவும் இடம்பெற்றிருப்பதைக் காணலாம்.

இதுவன்றி, கருவறையானது 23 அடி நீளமும் 10 அடி அகலமும் கொண்டுள்ள நிலையில் அதனைத்தொடர்ந்து இடம்பெற்றுள்ள பல்லவர் காலத்தின் சிற்றறை – முன் மண்டபம் இப்போது அதன் வட புறத்தில் உற்சவ மூர்த்திகள் வைக்கப்படும்

அறையாகத் தடுக்கப்பட்டுள்ளது. மேலும், அதனைத்தொடர்ந்து கதவிடப்பட்ட ஒரு சிறு அறையும் அமைக்கப்பட்டுள்ளது. தென்பகுதியிலும் சிறு அறை ஒன்று தடுக்கப்பட்டுள்ளது. எனவே இதனைத்தொடரும் பரப்பு இடைநாளமாக அமைந்து செயல்படுகிறது. அது 15 அடி நீளமும் 14 அடி அகலமும் கொண்டுள்ள நிலையில் மையப் பாதையாகவும் அமைகிறது. இப்பாதை அடுத்து அமைந்துள்ள ஒரு மண்டபத்தினை அறிமுகம் செய்து வைக்கிறது. இது முகமண்டபமாகும். இம்மண்டபம் ஏறக்குறைய 28’ 6” அடி நீளமும் 39’ 6” அடி அகலமும் கொண்டதாகும். இதில் இடம் வலமாக மூன்று மூன்று தூண்கள் என ஆறு தூண்கள் காணப்படுகின்றன. அவை மையப்பாதையை இடைமறிக்காமல் தள்ளி நிறுத்தப்பட்டுள்ளன. இது சோழர்காலத் தரை அமைவின்படியான முகமண்டபமாகக் கருதமுடிகிறது.

பல்லவர் தரை அமைவின்படி, கருவறையத் தொடரும் முன்சிற்றறை மண்டபத்தோடு விமானம் முடிந்துவிடுகிற நிலையில், சிறிது தள்ளி, முன்வாட்டமாக இடைவெளிவிட்டு ஒரு முகமண்டபம் நிறுவப்பட்டிருத்தல் வேண்டும். இம்மண்டபம் விமானத்தின் மைய அச்சில் முன்வாட்டமாக இடம் பெற்றிருந்திருக்கக்கூடும். இவ்வாறு அமையப்பெற்றிருந்தால் அது இராஜசிம்மனின் பாணி எனக்கருதலாம். இதற்குரிய எடுத்துக்காட்டுகளை மாமல்லபுரத்தின் கடற்கரைக்கோயில் மற்றும் காஞ்சிபுரத்தின் கைலாசநாதர் கோயிலில் காணவியலும். அதே மரபின்படியான மண்டபம் இங்கும் பயன்படுத்தப்பட்டிருப்பதை உணரலாம். பல்லவரின் முக மண்டபத்திற்கும் திருத்தியமைக்கபட்ட சோழரின் கருவறைக்கும் இடையே கிடக்கும் இடைவெளியை இணைத்துப் பாதை ஏற்படுத்தப்பட்டுள்ளது. இதனால் பல்லவரின் குறுகிய சிற்றறை முன்மண்டபம் மாற்றத்திற்கு உள்ளாகி விசாலமாக்கப்பட்டுள்ள நிலையில் முன்கூறியபடி உற்சவமூர்த்தியர் சிறபங்களுக்குரிய வைப்பு அறையும் மற்றும் ஓரிரண்டு அறைகள் என அமைத்துவைக்கப்பட்டன. எனவேதான் வரையறுக்கப்பட்ட புறச்சுவர்களின் உடலமைவுகளுக்கு ஏற்ப அமையாமல், உள்ளமைவின் இடப்பங்கீடு மாறிக்காணப்படுகிறது. சோழரின் முகமண்டபத்தினைத் தொடர்ந்து பின்பு விஜயநகரத்தினரால் அல்லது பிற்காலப் பாண்டியர்களால் பக்கச்சுவர்களற்ற மகாமண்டபம் முகப்பினில் இணைக்கப்பட்டுள்ளது. இம்மண்டபம் 49 அடி அகலமும் அடி 32.6 அடி நீளமும் கொண்டதாகும். இம்மண்டபத்தின் கூரையில் காணப்படும் மீன் உருவங்களால் இம்மண்டபம் பிற்காலப் பாண்டியர்களால் அமைக்கப்பட்டிருக்கலாம் என உணரமுடிகிறது.

ஊரகம்

ஊரகத்தின் கோயிலும் மறு திருத்தம்பெற்றுள்ள நிலையில் இதன் கருவறையின் உள் அளவாக *23'X10'* அடி நீள அகலத்துடன் விசாலமிடப்பட்டுள்ளது. பாடகத்தின் கோயிலைப்போன்றே இவ்விமானமும் பல்லவர் கோயிலின் சிற்றறை – முன் மண்டபத்தினை உள்ளடக்கியதாய்ச் சதுரக்கட்டுமானமாக *39' X39'* அடி சதுரப்பரப்பளவுடன் திருத்தி அமைக்கப்பட்டுள்ளது. கருவறையைத் தொடரும் சிற்றறை முன் மண்டபம் இடமும் வலமும் அறைகளால் தடுக்கப்பட்டுள்ள நிலையில் வலது பகுதியில் உற்சவ மூர்த்திகளின் சிற்பங்கள் பாதுகாக்கப்பட்டுள்ளன. இடது புறத்தில் சிறு அறை ஒன்று இடம்பெற்றுள்ள நிலையில் அதில் சுவரில் ஐந்து தலையுடனான நாகம் புடைப்புச் சிற்பமாகச் செதுக்கப்பட்டுள்ளது. இதுதவிர, முகமண்டபத்தினைத் தாண்டி உள் நுழைகையில் இடது புறமாகக் கதவிடப்பட்டு பூட்டிய நிலையில் ஓர் அறை காணப்படுகிறது.

விமானத்தைத் தொடரும் முகமண்டபம் ஓர் இடைநாளத் தால் மறிக்கப்பட்டுத் தொடர்வதாக வெளித் தோற்றத்தில் காணப்படுகிறது. எனினும், உட்பகுதியில்; அவ் எளிய பகுப்பு முறை அமையாமல், கருவறையின் முகப்புப் பகுதி, நீளும் மையப்பாதையுடன் இடமும் வலமும் அறைகள் தடுக்கப்பட்டதாக உள்ளது. இதனால் இடைநாளம் இன்னும் தள்ளி வெளிப்புறமாக அமைந்து கிடக்கிறது. எனவே, இவ்விரு கோயில்களிலும் விமானம் தம் புற நீளத்திற்குரிய நீளத்தினைக் கருவறையில் பெற்றிருக்கவில்லை. முன்குறிப்பிட்டுள்ளபடி அது பல்லவர் கருவறை மற்றும் சிற்றறைமுன் மண்டபத்தினையும் உள்ளடக்கியதாய்க் குறிப்பிட்ட உள் மாற்றங்களுடன் திருத்தியமைக்கப்பட்டுள்ள நிலையில், விமானமாக மாற்றம் பெற்றுள்ளது.

பாடகத்தின் அளவுகளுடன் கிட்டத்தட்ட ஒத்துப்போகும் அளவிற்கு ஊரகத்தின் கோயில் காணப்படுகிறது. இவை இரண்டும் பல்லவர்களால் 30 அடி உயரத்துடன் முன்பு இருதள விமானக் கோயில்களாக அமைக்கப்பட்டவை. அப்போது, அவற்றுள் 9 அடி உயரத்துடனான சிற்பங்கள் நிறுவப்பட்டிருத்தல் வேண்டும். ஒன்பது அடி என்பது அன்றைய காலகட்டத்தில் கருவறையின் மூலவர் சிற்பத்தினைப் பொறுத்தவரை மிக உயரமானதாகவே அரிது நின்றிருத்தற்கூடும். ஏனெனில், விஸ்வரூபங்களாக இல்லாத மற்ற பிற மூலவர் சிற்பங்கள் கருவறைகளில் அதிகபட்சமாக 5 அடி உயரத்துடன் நிறுவப் பட்டிருந்துள்ளன.

பாடகம் கோயில் தற்போது அடியத்தின் முப்பட்டைக் குமுதத்தின் பாதி பாகம் வரை மட்டுமே தெரியும் அளவிற்கு தரை அமைவு உள்ளது. அவ்வகையில் இன்னும் அதன்; பீடக்கட்டு (ஜகதி), அடியடியம் (உபானம்) என்கிற பிற கூறுகள் தரையின் கீழ் மறைக்கப்பட்டுள்ளன. மறைந்த பகுதி 2 அடி உயரமாக இருக்கும். இதனால் அடியத்தின் மொத்த உயரம் 4 அடியாக இருத்தல் வேண்டும். அவ்வகையில், ஊரகத்தின் கோயில் அதிட்டானம் முழுவதுமாகத் தெரியும் நிலையில் அதுவும் 4 அடியாகவே உள்ளது.

உள்ளிருத்தப்பட்டுள்ள விஸ்வரூபத்திற்காக எனினும் தள எண்ணிக்கைக் கூட்டப்பெறாமல் அதே இருதள விமான அவயங்களுடன் உயரமாக்கப்பட்டுள்ளது. விமான மேற்பாகத்தின் உட்புறத்தில் அமையும் உட்கூடு, வழக்கத்தினைவிட கூடதல் உயரம் பெற வேண்டும். அவ்வகையில், இதற்காக, சோழர்காலச் சிற்ப மற்றும் கட்டடக்கலைக் கலைஞர்கள் மிக எளிதாகத் தரைத்தளமான கருவறையின் மீது அமையும் முதலாம் தளத்தின் பாதச்சுவரின் (உள்நாட்டியகண்டம்) மீது கவனம் செலுத்தியுள்ளனர். என்றால், அவ் உள் நாட்டிய கண்டத்தினை வழக்கமான மூன்றடி உயரத்திற்குப் பதிலாக ஏழு அடியாகவும், ஒன்பது அடியாகவும் உயர்த்தி, உள்நிறுத்தப்படும் சிற்பங்களுக்கான இட ஒதுக்கீட்டினைத் தெளிவாகச்செய்துள்ளனர். இதனால் உயரத்திற்காக இன்னொரு தள அமைவு அமைக்கப்படவில்லை. அப்படி அமைத்திருந்தால் அவை இன்று மூன்று தள விமானக்கோயில்களாக இருந்திருக்கும். எனவே, பல்லவர் மற்றும் சோழர் கோயில்களுக்கிடையேயான அளவு முறைமைகளை ஓர் ஒப்பீட்டின் மூலம் எளிதில் விளங்கிக்கொள்ளுமாறு ஓர் அட்டவணையில் முயற்சித்துள்ளோம். அட்டவணையைக் காண்க.

'தற்போதுள்ள தரை அமைவின்படி இக்கோயிலின் உயரம் 39.25' ஆகக்காணப்படுகிறது

இனி இவ்வாய்வு உணர்த்தும் புதிய தரவுகளைப்பார்ப்போம்.

சிறப்புத் தரவுகள்

1. மூலவர் சிற்பங்களுக்கேற்ற

கூடகார சாலகார விமானப்பொருத்தம்:

இரண்டாம் நந்திவர்மனால் எழுப்பப்பட்டிருந்த திருவூரகத்தின் நின்ற கோலத்துடனான பெருமாள் கோயில்

பாடகம் பல்லவர் மற்றும் சோழர் கோயில்

கோயில்	அடியம்	சுவர்	கபோதம் தளைத்தளம்	முதலாம் தாட்டிய தட்டு	சுவர் உள் தளத்திரைக் கண்டம்	கபோதம் (கண்டம்) + கட்டு + அறைப்புறடம்	இரண்டாம் தளம்	கழுத்து	சிகரம்	கலசம்
1. பல்லவர் கோயில்	3'	8'	1'	½'	5'	1'	½'	2½'	6'	2½'
கோயிலின் மொத்த உயரம் = 30'										
2. சோழர் கோயில்	4'	9'	1¼'	¾'	6'	1¼'	2'	4'	9'	4'
கோயிலின் மொத்த உயரம் = 41. 2.5' *										

ஊரகம் பல்லவர் மற்றும் சோழர் கோயில்

1. பல்லவர் கோயில்	3'	8'	1'	½'	5'	1'	½'	2½'	6'	2½'
கோயிலின் மொத்த உயரம் = 30'										
2. சோழர் கோயில்	4'	10'	1¼'	¾'	9'	1¼'	2½'	3½'	12'	4'
கோயிலின் மொத்த உயரம் = 48. 2.5'										

சோழர்கால விஸ்வரூபச் சிற்பங்கள்

இருதள விமானக்கோயில் ஆகும். அக்கோயில் கூடகார விமானக்கோயிலாகவே கட்டப்பட்டிருத்தல் வேண்டும். நின்ற நிலை கோலத்துடனான சிற்பங்களுக்கு அவற்றின் நெடியத்திற்கு ஏற்ப கூடகார சிகரத்துடனான விமானமே இயல்பாகவும் பொருத்தமானதாகவும் அமைந்த ஒன்று. நின்ற கோலத்துடனான மூலவர் சிற்பத்தினைப் பெற்றிருக்கும் மிகத்தொன்மையான திருவேங்கடம் கூட, தமது கருவறை விமானமாகக் கூடகார விமானத்தினையே பெற்றிருப்பது குறிப்பிடத்தக்கது.

அவ்வாறு செங்குத்து மற்றும் கிடைமட்டச் சிற்பங்களுக்குப் பொருந்தும் வகையில் அவற்றிற்குரிய சிகரத்துடனான விமானத்தினைத் தீர்மானித்தவனாக அன்றைய சிற்பியே திகழ்ந்துள்ளான்.

சாலகார விமானப்பொருத்தம்

மேற்கூறியதிற்கு இணங்க, இரண்டாம் நந்திவர்மனால் எழுப்பப்பெற்ற திருவூரகத்தின் கோயிலில் நின்ற கோலப் பெருமாளின் சிற்பமானது பீடத்துடன் சேர்த்து நான்கரை அல்லது ஐந்து அடி உயரம் மட்டுமே கொண்டிருந்திருக்க வேண்டும். இதனால், இதற்குரிய கருவறை 7'x7' சதுர அடிப் பரப்பளவுடன் இருந்திருக்கக்கூடும். எனவே, தான் நிறுவ இருக்கும் 9 அடி உயரம் கொண்ட உலகளந்த பெருமாளின் விஸ்வரூபச் சிற்பத்திற்கு அக்கருவறையும் அதன் புறக்கட்டுமான அமைவுகளும் போதாது என்பதற்காகவே மூன்றாம் நந்தி புதியதாகவே அங்கு ஒரு கோயிலை மறு நிர்மாணம் செய்திருந்துள்ளான். ஒன்பது அடி உயரம் கொண்ட உலகளந்தான் சிற்பம் கிட்டத்தட்ட அதே ஒன்பது அடி அகலமும் கொண்டிருந்த நிலையில் அதற்கு ஏற்ற விமானமாகச் சாலகார விமானமே பொருத்தமுறும் எனச் சிற்பியர் முடிவெடுத்திருப்பர். இவையன்றி, கிடந்த கோலத்துடனான திருவெஃகாவின் மிகத்தொன்மையான பெருமாள் கோயிலானது சாலகார விமானத்துடனான முதலாம் கோயிலாக இருந்திருக்க வாய்ப்புண்டு. தம் தொடக்கம் தொட்டே சாலகார விமானக் கோயிலாக இருந்திருக்கூடும் அது. அதனால்தான் பின் பலமுறை அக்கோயில் புணரமைக்கப்பட்டிருப்பினும் கூட அதன் வடிவ அமைப்பானது மாறாமல் பின்பற்றப்பட்டு வந்துள்ளதை அறியலாம். இக்கோயிலின் சாலகார விமானமே அகலம் கூடி நிற்கும் மூலவர் சிற்பங்களுக்கு உகந்தவை எனப் பின்பு கண்டிருக்கவேண்டும். அல்லது அரங்கம் எனக் குறிப்பிடப்பட்டிருந்த திருவரங்கம், சாலகார விமானத்தினை முயற்சித்த முதற்கோயிலாக இருந்திருக்கலாம். கூடம் என்பது சதுரக் கட்டுமானமாகவும் அரங்கம் என்பது செவ்வகக் கட்டுமானமாகவும் தமிழ் மரபின் கட்டடக்கலை வகைகளாக

இருத்தல்வேண்டும். இவ் எளிய அடிப்படையின் பேரில் அவ்வாறு இனங்காணப்பட்டிருக்கலாம். அதனால்தான் செவ்வக அமைவின் படியான கருவறையைக் கொண்ட கோயில், அரங்கம் என வழங்கப்பட்டிருந்தது. எனினும், அதன் இன்றைய மேற்கட்டுவிமானம், முகப்பில் மகாநாசித் துருத்தத்துடன் அமைந்த அரைக்கோள வடிவ சிகரத்தினைப் பெற்றிருப்பதன் பின்னணி புரியவில்லை. அவ்விமானம் இடைக்காலத்தில் புதுப்பிக்கப்பட்டு கற்றளியாக மாற்றப்பட்ட நிலையில் இத்தகைய விசித்திரமான சிகரம் இடம்பெற்றிருந்திருக்க வேண்டும்.

இம்மரபின் தொடர்ச்சியின் பலனாய், முன்பு இராஜசிம்மன் எழுப்பிய பாடகத்தின் பெருமாள் கோயிலும் சாலகார விமானமாகவே இருந்திருத்தல் வேண்டும். அவ்வாறு அது சாலகார விமானத்துடன் அமைந்த கோயில் என்பதனால்தான் பின்னர் தோற்றம்கண்ட கைலாசநாதர் கோயிலில் அதன் பிரதிபலிப்பு நிகழ்ந்துள்ளமையை உணரமுடியும். அவ்வகையில், கைலாசநாதர் கோயிலின் கருவறை தம் கட்டுமானத்தின் பாகங்களாகவே அங்கமாகி நிற்கும் துணைக்கோயில்கள் ஏழினைப்பெற்றுள்ளது. எனின், மையமாக உள்ள மூன்றும் சாலகார விமானக் கோயில்களாகும். நான்கு மூலைகளிலும் அமைந்துள்ள பிற நான்கும் கூடகார விமானத்துடனானவை. இவையனைத்தும் மேற்தளத்தில் இடம்பெறும் ஆர (ஹார) வரிசையின் (தடுப்பணைச் சுவர் – *balustrade*) அலங்கார அணிகளாக அழகு செய்யும் விமானக் குறுமாதிரிகளின் உருப்பெருக்கங்களாகும். எனவே, இவை வழிபடுவதற்கெனவே புடைப்புச் சிற்பங்களுடன் செதுக்கப்பட்டுள்ள கருவறையாகச் சிறப்புறுபவை. அவ்வகையில், மையமாக அமைந்துள்ள சாலகார விமானக் கோயிலில் சோமஸ்கந்தர் எனும் குழுப்படிமம் இடம் பெற்றுள்ளது. எனவே அதற்குகந்த சாலகார விமானம் அங்கு சிறப்பாக அமைக்கப்பட்டுள்ளது. நின்ற கோலத்துடனான சிற்பங்களுக்குப் பதிலாக அவற்றின் சாலகார விமானம் கருதி, மூலவர் சிற்பங்களாக, சோமஸ்கந்தர் சிற்பம் அமைக்கப் பட்டுள்ளதன் ஒழுங்கினை இப்போது உணரவியலும். இச்சிற்பம் தம் உயரத்திற்கேற்ப அகலமும் கூடி நிற்பதாகும். இதுதவிர, இஃதோர் குழு – நபர் சிற்பம் என்பது குறிப்பிடத்தக்கது. சிற்பங்களின் வடிவ – கனபரிமாணங் களின் அடிப்படையில் அவற்றிற்குரிய விமானங்களை அமைத்திட ஓர் ஒழுங்கினைப் பிறப்பித்த தளமாகக் காஞ்சிபுரம் திகழ்ந் திருந்தது என்பது குறிப்பிடத்தக்கது. எனினும், பின்னர்த் தோன்றிய சில சாஸ்திரங்களும், சம்ஹிதைகளும் போட்டிபோட்டுக் கொண்டு இந்நுட்பங்களை வரையறைகளாகப் பதிவுசெய்திருந்தன.

2. நில அளவைக்குரிய இயற்கை அடையாளங்கள்

குறிப்பிட்ட ஒரு விரிந்த பரப்பிற்கான நில அளத்தலின் போது அதற்குரிய அடையாளங்களாக மரம், பாறை, குளம், ஏரி போன்ற இன்னும் பிற, அடையாளங்களாகக் கையாளப்பட்டுள்ளன. அதுபோன்றே ஒரு நாட்டினை அளக்கும்போது போது சில ஊர்களும், மலைகளும், ஆறுகளும் அடையாளமாகக் கொள்ளப்பட்டிருந்துள்ளன. மேலும், குறிப்பிட்ட மிக முக்கியமான அளவுக்குரிய அடையாளமாக அவ்விடத்தின் ஓர் ஊரானது அமைந்திருந்துள்ள நிலையில் அதன் பெயரையே "அளவூர்" என்று வழங்கியிருப்பர்போலும். அவ்வகையில் களப்பணிக்காகப் பேருந்தில் காஞ்சிபுரத்திற்குச் செல்லும்போது அளவூர் என்கிற பெயருடனான ஓர் ஊரினைக் கண்டறிந்தோம். அவ்வூர், ஒரகடம் வழியாகக் காஞ்சிபுரம் செல்லும் சாலையில் வாரணவாசி என்னும் ஊருக்கு அருகில் இடம்பெற்றுள்ளது. பல்லவ நாட்டின் தலைநகரத்தின் அருகில் அமைந்த ஊர் என்பதால் அது நமக்குப் புதியத்தரவாக மாறியது.

இதுபோன்றே தொண்டை மண்டலத்தின் மற்றுமோர் ஊரான 'திருப்புட்குழி'யானது பெருநில அளத்தலின் போது நிர்ணயிக்கப்பட்டிருந்த ஓர் அடையாள ஊராகவே இருந்திருக்க வேண்டும். பல்லவர் காலத்தில் கையாளப்பட்டிருந்த 'குழி' என்கிற அளவின்படியான நிலத்தின் பேரில் அவ்வூர் வழங்கப்படுவது குறிப்பிடத்தக்கது. 'குழி' என்கிற வரலாற்றுச் சிறப்புமிக்க இப்பல்லவர் ஊருக்கு; இராமனுக்கு உதவிய 'சடாயு' என்கிற பறவையை, புதைத்த இடம் என்கிற இராமாயண – தொன்ம மாண்பும் பெயர்க்காரணங்களாகச் சொல்லப்படுகின்றன. இதனால் 'திருப்பறவை' என்கிற பொருளில் 'திருப்புள்' என முன்னொட்டாய்க் குழியுடன் இணைய 'திருப்புட்குழி' எனப் பெயர்மாற்றம் பெற்றதாகவும் கூறப்படுகிறது. ஆக, 'அளவூர்' மற்றும் 'குழி' (திருப்புட்குழி) என்கிற இவ்வூர் இரண்டும், முன்பு வரலாற்றுக்கால நில அளவீட்டிற்கான அடையாளங்களாக இருந்திருக்கலாம்.

திருமங்கை ஆழ்வாரால் பெயர் சுட்டப்பட்ட நீரகம் காரகம் திருக்கார்வாணம் ஆகியன தனித்த கோயிலின் பெயர்களாகவே அறியப்படுகின்றன. இவை மூன்றும் இன்று திருவூரகத்தின் கோயிலிலேயே வைப்பிடம் கண்டுள்ளமையால் இவை அவ் மூலக்கோயில் எழுப்பப்பட்டபோதே துணைக்கோயில்களாக எழுப்பப்பெற்றன என்ற மாயத்தோற்றம் ஏற்படுவது இயல்பே. எனினும், அவ்வாறு எண்ணுவது தவறாகும். ஏனெனில், ராஜசிம்மன் காலத்தில் ஏராளமான கோயில்கள் எழுப்பப்

பெற்றிருந்துள்ளன. இவைகளை ஆழ்வார்கள் மங்களாசாசனம் செய்துவைத்துள்ளமை குறிப்பிடத்தக்கது. அவ்வாறான சில கோயில்கள் பராமரிப்பின்றிச் சிதையப்பட்ட நிலையில் அவற்றின் மூலவர் சிற்பங்கள் பிற கோயில்களில் வைக்கப்பட்டிருக்கலாம்.

திருமங்கை ஆழ்வார் தம் சமகாலத்தில் இருப்புற்றிருந்த காஞ்சிபுரத்தின் பெருமாள் கோயில்களைத் தம் பாடல் ஒன்றில் குறிப்பிடுகிறார். அவர் இயற்றிய திருநெடுந்தாண்டகத்தில் அப்பாடல் இடம்பெற்றுள்ள நிலையில் ஒன்பது கோயில்கள் அதில் நிரலிடப்பட்டுள்ளன. பாடல் பின்வருமாறு:

நீரகத்தாய்(1) நெடுவரை(2)யின் உச்சிமேலாய்
நிலாத்திங்கள் துண்டத்தாய்(3) நிறைந்த கச்சி
ஊரகத்தாய்(4) ஒண்துறை நீர் வெஃகா(5)உள்ளாய்
உள்ளுவார் உள்ளத்தாய் உலகம் ஏத்தும்
காரகத்தாய்(6) கார்வானத்து(7) உள்ளாய் கள்வா(8)
காமரு பூங்காவிரியின் தென்பால்மன்னு
பேரகத்தாய் (9) பேராது என் நெஞ்சின் உள்ளாய்
பெருமான் உந்திருவடி பேணினேனே

1. நீரகம் – திருநீரகம்
2. நெடுவரை – திருவேங்கடம்
3. நிலாத்திங்கள் துண்டம்
4. ஊரகம் (திருஊரகம்)
5. வெஃகா (திருவெஃகா)
6. காரகம் (திருக்காரகம்)
7. கார்வாணம் (திருக்கார்வானம்)
8. கள்வன் (திருக்கள்வன்)
9. பேரகம் (திருவரங்கம்)

நீரகம் காரகம் திருக்கார்வாணம் ஆகிய மூன்றும் இப்பாடலில் இடம்பெற்றுள்ள நிலையில் இவை இரண்டாம் நந்திவர்மன் மற்றும் அவன் மகன் தந்திவர்மனால் எழுப்பப்பட்ட கோயில்களாக இருக்கலாம். ஆழ்வார் பெருமகனார் ஒருவர்; பெயர்கொண்டு அழைத்துச் சிறப்பைப்பெற்றிருந்த இவ் இடிந்த கோயிலின் சிற்பங்களை இடமாற்றம் செய்து மீண்டும் அதேபெயருடன் திருவூரகத்தின் கோயில் வளாகத்தில் நிலைபெறச்செய்திருந்தனர் என்பதே பொருத்தமான புரிதலாகும். எனினும், இவை சோழர் அல்லது விஜயநகரத்தினர் காலத்தில் அவ்வாறு வைப்பிடம் கண்டிருக்கலாம். இக்கோயில்கள் முறையே மூன்றாம் பிரகாரத்தின் வட மற்றும் தென் திசைச்சுவர்களை ஒட்டி அமைந்துள்ளன. பிரகாரச் சுவரினையே கருவறைப் பின்சுவராகப் பாவித்து

அவ்விரு கோயில்களும் அமைக்கப்பட்டிருப்பதைக் காணலாம். எனினும், இவை ஒரு கோயிலுக்குரிய கட்டுமான அமைவின்படி அமைக்கப்பட்டுள்ளன.

இதுதவிர, மற்றுமோர் துணைக்கோயிலாக எழுப்பப்பெற்றுள்ள திருக்கார்வானமானது முற்றிலும் மாறுபட்டுக் காணப்படுகிறது. அவ்வகையில், அதன் அடியம் எனும் அதிட்டானமானது பிற்காலச்சோழர்கால அல்லது அதே பாணியில் அமைந்த அல்லது அதற்கும் பிற்காலத்தில் அமைக்கப்பட்டதாகவே காணப்படுகிறது. அவ் அதிட்டானம் ஒரு சதுரப் பீடமாக மட்டுமே அமைந்துள்ள நிலையில் அதன் நாற்புறமும் பத்து அடி உயரம் கொண்ட நான்கு கல் தூண்கள் பொருத்தப்பட்டனவாய் அவற்றினிடையே சுவர் எழுப்பப்பட்டுள்ளது. வார்ப்பாக அமைந்த அவ் அடியத்தின் மேல் உதிரியாகக் கிடைத்தத் தூண்களை நிறுத்திய நிலையில் அவற்றினிடையே சுவரெழுப்பிக் கூரையும் மேற்கட்டுமானமும் அமைக்கப்பெற்றுள்ளது. தூண்கள், நாகபந்தம் இடம்பெற்றப் பிற்காலத்தூண்களாக இருப்பது குறிப்பிடத்தக்கது. (பார்க்க: நிழற்படம் – எண்: 20) என்றால், இதில் பொருத்தப்பட்டிருக்கும் திருக்கார்வானப்பெருமாளின் சிற்பம் ஒரு தனித்த கோயிலின் சிற்பமாகலாம். அதன் கோயில் இடிந்த நிலையில் அச்சிற்பம் இடமாற்றம் செய்யப்பட்டு ஊரகத்தில் வைப்பிடம் கண்டுள்ளதாகவே தெரிகிறது.

சென்னையிலுள்ள திருவல்லிக்கேணி பார்த்தசாரதி கோயிலில் தந்திவர்மனின் கல்வெட்டுக் காணப்படுகிறது. திருச்சிக்கு அருகில் உள்ள திருவெள்ளறை புண்டரிகாக்ஷன் கோயிலும் நந்திவர்மன் மற்றும் அவனது மகன் தந்திவர்மனின் கல்வெட்டுகளுடன் காணப்படுகின்றன. திருமங்கை ஆழ்வார் திருவெள்ளறையைப் பாடியிருக்கிறார். முன்பு குறிப்பிட்டுள்ளதுபோல திருமங்கை ஆழ்வார் இரண்டாம் நந்திவர்மன் மற்றும் தந்திவர்மனுக்கும் சமகாலத்தவர் என்பது குறிப்பிடத்தக்கது. ஆக, தந்திவர்மனின் காலத்தில் திருமங்கையின் பாடலில் இடம்பெற்றுள்ள கோயில்கள் எழுப்பப்பட்டிருந்தற்கூடும். இவை செங்கற்களால் எழுப்பப்பெற்ற சிறிய கோயில்களாகக்கூட இருந்திருக்கலாம். பிறவாத்தானேஸ்வரர், ஐராவதேஸ்வரர் கோயில்களைப் போன்று சிறிய அளவிலான இருதள விமானக்கோயில்களாக அவை எழுப்பப்பட்டிருந்திருக்கலாம்.

இரண்டாம் நந்திவர்மன் இந்திய வரலாற்றிலேயே மிக நீண்டகாலம் ஆட்சி செய்தவன் என்பது குறிப்பிடத்தக்கது. அவ்வாறே அவனது மகனும் ஐம்பது ஆண்டுகள் ஆட்சிசெய்தவன்

என்பதனையும் கருத்தில்கொள்ளவேண்டும். அவ்வாறான கோயில்கள் பல ஆண்டுகளுக்குப்பிறகு சிதிலமடைந்த நிலையில் அவற்றின் மூலவர் சிற்பங்கள் ஆங்காங்கே உள்ள பெருங்கோயில் களின் வளாகத்தில் சிறு கோயில்கள் அமைக்கப்பட்டு நிறுவப் பட்டிருந்துள்ளன.

காஞ்சிபுரத்தில் அமைந்துள்ள அனைத்துக் கோயில்களும் அதாவது ஆழ்வார்களால் பாடப்பெற்ற அனைத்தும் தமிழில் பெயர் கொண்டிருப்பதைக் காண்க. இப்பெயர்கள் ஆழ்வார் களால் பயன்படுத்தப்பட்டவையே. ஆழ்வார்கள் தமிழ்க் கவிகளாகவே திகழ்ந்தவர்கள். மட்டுமின்றி, பிற்காலப் பல்லவ அரசர்களும் தமிழ்ப்பற்றுக் கொண்டிருந்தவர்களாகவும் இருந்துள்ளமையால் சமஸ்கிருதப் பெயர்கள் தவிர்க்கப்பட்டன போலும். மேற்தரப்பட்டுள்ள திருமங்கையின் பாடல் நிரலிடும் ஒன்பது கோயில்களும், தமிழில் பெயர்கொண்டிருப்பது காண்க.

முடிவுரை

ஓர் நிலத்தின் அல்லது அந்நிலத்தில் வாழ்ந்து சென்ற மக்களின் வரலாற்றினை அறிஞர்கள் எழுதிவைத்துள்ளனர். இவ்வரலாற்றுத்தேடல் என்பது நம் நிலத்தைப் பொறுத்தவரை ஆங்கிலேயர் ஆட்சியிலேயே தொடங்கப்பெற்ற ஒன்று. தொடக்கத்தில் எந்த நெறிமுறைகளும் இன்றி தன்னிச்சையாக களம் கண்டோராகவே அவர்கள் அறியப்படுகின்றனர். அவர்கள் தேடியறிந்து தொகுத்த வரலாற்றுச் செய்திகள் பலவற்றில்; இடையிடையே விடுபட்ட செய்திகளும், காலங்களும், அரசியல் ஆளுமைகளும், நபர்களும் பின்வந்தோரால் ஈடுசெய்யப்பட்டன. இரண்டாம் மற்றும் மூன்றாம் காலகட்டப்பணிகளில் இந்திய அறிஞர்களே களம்கண்டிருந்தனர். இதனால் முழுமையான வரலாறு நமக்குக் கிடைக்கப்பெற்றதாயிற்று. இச்சமூக வரலாற்றிடையே பெரும்பான்மையாக அரசியல் வரலாறும் குடிகளின் இயல்பும் அறியக்கிடக்கின்றன. இவையன்றி, இவற்றிடையே இடம்பெறும் ஓவிய சிற்ப கட்டடக்கலை பற்றிய வரலாற்றுச் செய்திகளைத் தனித்துத் தொகுத்தோராக அல்லது எழுதியோராகவும் சிலர் அறியப்படுகின்றனர். இத்தகைய மூன்றாம் மற்றும் நான்காம் கட்ட ஆய்வாளர்களால் இந்திய, தென்னிந்திய, தமிழகக் கலைவரலாறுகள் கிடைக்கப்பெற்றுள்ளன. அடிப்படைச் செய்திகளும் சில சிறப்புச் செய்திகளுமாய் அவை அமைந்திருப்பினும் கூட, பெரும்பான்மை வரலாறு இன்னும் சொல்லப்பட வேண்டியுள்ளது. வரலாற்றினைத் தாண்டி அவற்றிற்குரிய கலை, கட்டுமான, பொறியியல், இயற்பியல்,

கணிதவியல், கருத்தியல், மெய்யியல் என இன்னும் பல சிறப்புகளை ஆய்வுசெய்து வெளிக்கொணரவேண்டியுள்ளது. கலையானது கலாச்சார மற்றும் பண்பாட்டுக் காரணியாகத் தன்மையுற்றுள்ள நிலையில் இவைப் பற்றி அறிந்து இவற்றிற்குரிய தொடர்ச்சியினை நவீன புலப்படுத்தியற் திறனுடன் வெளிப்படுத்துவது இன்றைய தலைமுறையின் கடமை.

இதற்கிணங்க, இவ்வாய்வு அமைந்துள்ளது. இந்நூலில் காஞ்சி புரத்தின் இரு கோயில்கள் ஆய்வுக்காக எடுத்துக்கொள்ளப் பட்டுள்ளன. இவைதவிர, பழம்பெரும் கோயிலான திருவெஃகா என்ற கோயிலும் ஆய்விடப்பட்டுள்ளது. இம்மூன்று கோயில்களும் சராசரியான கோயில்களாகவே இன்று காணப்படுகிற நிலையில் இவற்றின் பின்னணியில் பெரும் வரலாறு மண்டிக்கிடக்கிறது என்பது தெரியாமல், பரிகாரம் செய்யவும் வேண்டுதல் நிறைவேறவும் வந்துசெல்வோராகவே மக்கள் காணப்படுகின்றனர். திருவூரகத்தின் கோயில் ஏனைய இரண்டினை விட பக்தர்களால் நிறைந்து காணப்படுகிறது. உள்ளூர்வாசிகள் ஒருபுறம் எனினும் ஆந்திர மக்களின் விருப்ப வழிபாட்டுத்தலமாக இத்தளம் அமைந்துள்ளது. அருகில் உள்ள காமட்சியம்மன் கோயில் இக்கோயிலின் கூட்டத்திற்கு ஒரு காரணமாகலாம். எனினும், நிச்சயம் ஒரு சேர எல்லாக் கோயில்களையும் ஒரே நாளில் செல்வதைவிட இம்மூன்று கோயில்களை மட்டுமே ஒரு பயணத்தில் காணவும் வழிபடவும் நேர்ந்தால் உண்மையில் கலைசார்ந்தும் ஆன்மீகம் சார்ந்தும் சிறப்பு அனுபவம் பெறலாம்.

கிடந்த கோலத்துடனான திருவெஃகாவின் பாம்பணைப் பள்ளி அமர்ந்தோன் கோயிலே பிற இரு கோயில்கள் அமை வதற்கு ஒரு மூலகாரணியாக இருந்துள்ளது. வைணவ மரபு; சைவம் போன்று தனித்த நெறியாக உருபெறத் துவங்கிய நிலையில் தனக்கான புராண இயற்றம் அல்லது தொகுத்து முறைசெய்தமை மற்றும் தம் கடவுளுக்கான உருவ அமைவுகள் எவ்வாறு இயற்றப்படவேண்டும் என்கிற நெறிமுறைகள் வகுக்கப்பட்டுப் படிமவியலைப் பெற்றிருந்துள்ளது. எனினும், தொடக்கத்தில் கிடந்த கோலம் ஒன்றே விமரிசையாக இருந்துள்ள நிலையில் பின்னர், விஷ்ணுவின் உருவங்களைச் சைவ சமயம் உருவாக்கி நன்றாகவே பயன்படுத்தியிருந்துள்ளதைக் காணலாம். அவ்வகையில் ஹிரண்யவதக்காட்சி, பூவராகமூர்த்தி, உலகளந்த பெருமான், சிவனும் திருமாலும் அர்த்தநாரியாய் இணைந்த ஹரிஹரர் படிமம், இலிங்கோத்பவரின் காட்சியமைவில் பிரம்மனோடு இடம்பெறுகிற விஷ்ணுவின் படிமம் என இவ்வாறு பயன்படுத்தப்பட்டிருந்தது.

தொன்மையான சில நரசிம்ம உருவம் பிந்தைய மூன்று அல்லது நான்காம் நூற்றாண்டினுடையதாகக் கிடைக்கப் பெற்றுள்ளது. இவையன்றி, ஆய்வாளர் 'மைக்கேல் மெய்ஸ்டெர்' மற்றும் 'ஸ்டெல்லா க்ராம்ரிஸ்ச்' ஆகியோரால் அடையாளமிடப் பட்டுள்ள பிலடெல்ஃபியா அருங்காட்சியகத்தில் காட்சியிடப் பட்டிருக்கும் மதுரா பாணியைக் கொண்டுள்ள சிறிய அளவிலான நரசிம்மர் சிற்பமானது, பிந்தைய இரண்டு அல்லது மூன்றாம் நூற்றாண்டிற்குரியதாக இருக்கலாம் என நம்பப்பட்டுள்ளது. தொடக்கத்தில் அனந்தசயனமும் நரசிம்மமும் உருவங்களில் இயற்றப்பட்டிருக்கக்கூடும். திருவெஃகாவின் கோயிலை அமைத்த தொண்டைமான் இளந்திரையனாலேயே இச்சிற்பமும் செதுக்கப்பட்டிருக்கலாம் என உறுதிபெறலாம். ஏனெனில், அதன் படிமவியல் அமைவு முன் முனைவினையே காட்டுகிறது. இதே அனந்தசயனத்தினை பிற்காலத் தொண்டைமான் வம்சத்திய முதலாம் நரசிம்மவர்மன் மாமல்லபுரத்தில் மகிஷாசுர மர்த்தினி குடைவரக்கோயிலில் குழூப்படிமமாகத் திறம்பட அமைத்துள்ளான். என்றால், செய்நேர்த்தியைப் பொறுத்தவரை அவ்விரு சிற்பங்களுக்கும் இடையே 400 ஆண்டுகால இடை வெளியை உணரவியலும்.

வைணவ சமயத்தின் படிமவியலில்; நின்ற இருந்த கிடந்த என்கிற கோல அமைவு ஓர் அடிப்படையாய் அமைந்த பின், இவற்றிற்கான கோயில்கள் தனித்தனியாகவே எழுப்பப்பட்டிருந்தன. அவ்வகையில், இம்மூன்று கோலத்தினையும் ஒரே கோயிலில் அமைத்துப்பார்க்க வேண்டும் என்ற எண்ணம் கொண்டவனாய், இரண்டாம் நந்திவர்மன் காணப்படுகிறான். கிடந்த இருந்த நின்ற என்கிற இச்சீர் மரபிற்கான மூலவர் சிற்பங்களைக் கொண்டு ஒரே கோயிலில் கீழ், இடை மற்றும் மேற்தளங்கள் என மும்மாடக் கோயிலாக அமைத்து வழிபடும் வழக்கத்தினை இரண்டாம் நந்தி அறிமுகப்படுத்தியிருந்தான். இதற்கான முதலாம் கோயிலாகக் காஞ்சிபுரத்தின் வைகுந்தப்பெருமாள் கோயில் சிறப்புறுகிறது. இக்கோயில் 'பாஞ்சராத்ரா' எனும் வைணவ ஆகமத்தின் படி எழுப்பப்பட்டிருப்பதாக டென்னிஸ் ஹட்சன் *(Dennis Hudsson)* எனும் அறிஞர் தமது நூலில் குறிப்பிடுகிறார். வைகுந்தப்பெருமாளுக்கு அடுத்த உடனடி வைணவக் கோயிலாக உத்திரமேரூரின் சுந்தரவரதராஜப்பெருமாள் கோயிலைக் காண இயலும். இக்கோயிலும் மும்மாடக் கோயில் மரபில் தம் மூன்று தளங்களிலும் முறையே; நின்ற இருந்த கிடந்த கோலத்திற்கான விஷ்ணுவின் சிற்பங்களை மூலவராகப் பெற்றதாகும்.

இக்கோயிலில் சிறப்புப் புகுத்தம் இடம் பெற்றுள்ளது காண்க. அஃதாவது இக்கோயில் தம் கீழ் மற்றும் முதலாம் தளத்தினில் நுழைவுதிசை (கிழக்கு) தவிர்த்து பிற மூன்று திசைகளிலும் மையங்களில் அங்கத் துணைக்கோயில்களைப் பிதுக்கமாகக் கொண்டுள்ளது. இத்தகைய பிதுக்கக் கோயில்களை சமஸ்கிருத மரபு 'சர்வதோபத்ரம்' என்கிறது. ஆக, கீழ்த்தளத்தில் மூன்று அங்கத் துணைக்கோயில்களும் இடைத்தளத்தில் மூன்றும் என இவற்றோடு மூல கருவறை மூன்றும் சேர்ந்து ஒன்பது கருவறைகளைக் கொண்ட கோயிலாக இது சிறப்புப் பெறுகிறது. இவ் அங்கத் துணைக்கோயில்களில் என்னென்ன சிற்பங்கள் மூல பேரமாக வைத்து வணங்கப்படலாம் என்பதனை இக்கோயில் எழுப்புதற்கு அடிப்படையாக இருந்த 'மரிசிஸி' என்கிற சம்ஹிதை குறிப்பிடுகிறது. இச்சம்ஹிதையை தமிழகத்தின் ஒரு சாஸ்த்திர நூலாகவே அறியலாம். ஏனெனில் இவ்வாறான மும்மாடக் கோயில்கள் வட இந்தியாவில் வேறெங்கும் அமைக்கப்படவில்லை யென்றே தெரிகிறது. இவ்வாறு படிமப் படைப்புருவாக்கத்தில் சிறப்பினைப் பக்தி மறுமலர்ச்சிக் காலமான 6 – 9ஆம் நூற்றாண்டு களுக்கிடையே காணமுடிகிற நிலையில், சமயக்கட்டுமானங்களிலும் தொடர் சோதனைகள் நிகழந்தவண்ணமிருந்தன. குறியீட்டுச் சிற்பங் களாகத் தற்குறிப்பேற்றத்துடன் அமைக்கப்பட்டுள்ள இவ் அரிய விஸ்வரூபம் காட்டும் திருப்பாடகத்தின் பெருமாளும் திருவூரகத்தின் உலகளந்த பெருமாளும் இன்றைய மக்களுக்குப் பெருமாள் என்கிற இறை வழிபாடு மட்டுமே எனச் சுருங்கி நிற்கிறது. ஆனால் அன்றைய மக்களுக்கோ வேந்தர் – இறை வழிபாடாகவே *(Deva-raja cult)* வணக்கம் பெற்றிருந்திருக்கும்.

வேதகால மரபில், ஆளும் அரச வம்சத்தினர் அனைவரும் இந்திர வழிபாட்டினைக் கொண்டிருந்தனர். இது குறிப்பிட்ட ஒரு பூர்விகக்குடியினரிடம் காணப்பட்டிருந்தது. இந்திரனே அரச மற்றும் தேவகுலத்தினரின் கடவுளாகவும் தலைவனாகவும் வைத்துப் போற்றும் வழக்கம் அன்று இருந்திருந்தது. நாளடைவில் அது மறையத் தொடங்கினாலும் பிந்தைய பதினோராம் நூற்றாண்டுவரை அதன் ஞாபகார்த்தமாக இந்திரனின் பெயர் சூட்டிக்கொள்ளும் மரபு இருந்துவந்ததைக் காணமுடிகிறது. எடுத்துக்காட்டாக பல்லவ அரசர்களில் மகேந்திரவர்மன் (மகா இந்திரன்) எனும் பெயரும், சோழர்குலத்தில் இராஜேந்திரன் (அரசர்களின் இந்திரன்) எனும் பெயரும் இந்திர வலிமையைப் போற்றும் பெயர்களாகும். இந்திரன் வளமை மற்றும் வலிமைக்குரிய கடவுளாக வணங்கப்பட்டவன். அரசன் தொடுக்கும் போர்களில் அவன் பின்புலமாக இருப்பவன் என்றும்

நம்பப்பட்டிருந்தது. இவ்வழக்கம் பிந்தைய முப்பெரும் தெய்வ மரபின் பெரும்பான்மையினால் வலிமையிழக்க இந்திரனுக்கு ஈடாகப் பிற்கால அரசர்களால், திருமால் எனும் விஷ்ணு வழிபடப்பெற்றார். *(Cf. J. Gonda, Ancient Indian Kingship from the Religious Point of view, Leiden E. J. BRILL, 1969, pp 28, 29).*

அவ்வகையில் இயல்பியம், காத்தல், வளமை, வலிமை, இல்லறம் என அனைத்துச் சிறப்பிலும் முதன்மையுற்றிருந்த விஷ்ணு, அரசியல் மரபிற்கு உகந்தவரனார். விஷ்ணுவின் தொன்மப் பின்புலம் வெகுவாக அனைத்துத் தரப்பு அரசர்கட்கும் எடுத்துக்காட்டுருவாய் ஏற்க நேர்ந்தது. இயக்க ஆற்றலிற்கோர் எடுத்துக்காட்டாய் அவர் நிற்பதால் இந்திரனையும் மிஞ்சி அரசர் குலத்தைக் கவர்ந்தார் போலும். சமஸ்கிருத பாணியில் உதாரண புருஷனாய் நிலைநிறுத்தப்பட்டிருந்தார் எனலாம். எனவேதான் முழுச்சிவநெறியோராய் இருந்த அரசர்களும் கூட, இருப்பியலுக்குச் சிவத்தையும் இயங்கியலுக்கு விஷ்ணுத்துவத்தையும் பின்பற்றினர் போலும். பல்லவ வேந்தர்களில் ராஜசிம்மன் சிவனெறியோனா யினும் விஷ்ணுவிற்கான கோயில்களையும் எழுப்பியுள்ளான்.

இந்நூலில் இரு முக்கியக்கோயில்கள் ஆய்விடப்பட்டுள்ள நிலையில் அவை பல்லவரின் தலைநகரத்தில் அமைந்திருக்கும் சோழர் கலைப்பாணியில் அமைந்தவையாய் உள்ளன. அவற்றினுள் திருவூரகத்தின் கோயிலில் பல்லவர் கல்வெட்டு இடம் பெற்றிருந்ததைக் கூறியிருந்தோம். இதனால் அது சோழருக்கும் முன்பிருந்த கோயிலாகும். மற்றொரு கோவிலான திருப்பாடகம், முதன்முதலாகப் பூதத்தாழ்வாரால் பாடப்பட்டுள்ள நிலையில் அது சோழருக்கு முன்பே பல்லவரால் எழுப்பப்பட்டிருந்த கோயில் என்று உறுதிபெற முடிகிறது. இதில் பல்லவர் கல்வெட்டுக்கள் ஏதும் கிடைக்கப்பெறவில்லை. அல்லது கவனக்குறைவாக மறைக்கப்பட்டிருக்கலாம்.

அவ்வாறு பல்லவர்களால் அமைக்கப்பட்ட கோயில்களாக அவை அறியப்படுகிற நிலையில் அவை அப்போதே விஸ்வரூபச் சிற்பங்களுடன் அமைக்கப்பட்டிருந்தன என்பது குறிப்பிடத் தக்கது. இத்தகைய சிறப்புடனான அக்கோயில்களில் நிச்சயமாக கருவறையை ஒட்டி அமையும் உட்திருச்சுற்றினை (சந்தரப்பிரகாரம்) இடம்பெறச் செய்திருந்திருப்பர் என நம்பலாம். வாய்ப்புண்டு. கைலாசநாதர் கோயிலுக்கும் முன்பாகத் திருப்பாடகத்தின் கோயிலை அவ்வாறு உட்திருச்சுற்றுடன் அமைத்துவைத்தவன் இராஜசிம்மன் ஆவான். பின்னர் இம்மரபினை ஒட்டியே திருவூரகத்தின் கோயிலும் அவ்வாறே உட்திருச்சுற்றுடன்

அமைக்கப்பட்டிருந்திருக்கவேண்டும். இம்மரபின்படியே இவ்விருகோயில்களையும் விசாலமாக்கிக் கட்டிய குலோத்துங்கன், அவ்வாறே உட்திருச்சுற்றுக்களை அமைத்துவைத்திருக்கலாம். இதுவோர் புதிய கருதுகோளாகும்.

நமது கருதுகோளின்படி, குறைந்தபட்சம் இரண்டடி அகலத்துடனான உட்திருச்சுற்றாகவாவது அது அமைந்திருக்கலாம். அகலமாக இருக்கும் அதன் சுவர்களிடையே இரண்டடி இடைவெளி என்பது உட்திருச்சுற்றுக்குப் போதுமானதே. தவிர, பெருங்கோயில்களாக எழுப்பப்பட்ட கைலாசநாதர் மற்றும் வைகுந்தப் பெருமாள் கோயிலின் உட்திருச்சுற்றுக்கள் இம் மாதிரியான குறுகிய அகலமுடையதே என்பது குறிப்பிடத்தக்கது.

குறிப்பாக நான்கு தளங்களைக்கொண்ட கைலாசநாதர் கோயிலின் கருவறைச்சுவர்கள் இரண்டடியுடனான பிரகார வழியைப் பெற்றுள்ள நிலையில் புறச்சுவர் இரண்டறை அடி தடிமனுடனும் உட்சுவர் ஆறடி தடிமனுமாகக் கட்டப்பட்டுள்ளன. மேற்கட்டுமானத்தின் எடையைத் தாங்கவேண்டி அவ்வாறு உட்சுவர் தடிமனாக்கப்பட்டுள்ளது. வைகுந்தப்பெருமாள் கோயிலின் கருவறைச்சுவர் இரு சந்தரப்பிரகாரங்களைப் பெற்றுள்ள நிலையில் அதன் மொத்தத் தடிமானம் பதினெட்டு அடிகளாக உள்ளது. இரண்டேகால் அடி அகலமுள்ள பிரகாரங் களாக உட்திருச்சுற்றுகள் அமைக்கப்பட்டுள்ளன. இக்கோயில் மேலுள்ள மற்றுமிரு கோயில்களைத் தாங்கவேண்டியுள்ளதால் கருவறையின் மூல உட்சுவர் ஆறேகால் அடி தடிமனுடன் கையாளப் பட்டுள்ளது. இதனால் உட்புறச்சுவர் நான்கு அடியாகவும் வெளிப்புறச்சுவர் மூன்று அடி தடிமனுடனும் கையாளப்பட்டுள்ளன. எனினும், ஆய்வு செய்துள்ள இருகோயில்களிலும் கருவறை மூலச்சுவர் குறைந்த தடிமனுடன் கையாளப்பட்டுள்ளது. சந்தரப் பிரகாரத்தினை ஒட்டிப் புறமாக அமையும் கருவறையின் புறச்சுவர் கூடுதலான அகலத்துடன் வடிவமைக்கப்பட்டிருத்தல் வேண்டும். ஏனெனில், இவற்றின் மேற்கட்டு—விமானம் பெரும்பான்மையில் உள் நிறுத்தப்பட்டிருக்கும் உயரமான சிலைக்காக அவ்வாறு உட்கூடாக அமைந்தவை. ஆதலால், நமது கருத்தின்படி கருவறையின் புறச்சுவரின் தடிமன் கூடுதலாக்கப்பட்டிருக்கலாம். மட்டுமின்றி, திருவூரகம் மற்றும் திருப்பாடகத்தினைப் பொருத்தவரை அவற்றின் விமான மேற்பாகமானது உள்ளிருக்கும் நெடுஞ்சிற்பத்திற்காக உட்கூடாகப் பாவிக்கப்பட்டுள்ளதனால் வெகுவான மேற்புற எடை தவிர்க்கப்பட்டுள்ளது. இதனால், ஐந்து அல்லது ஐந்தரை அடி தடிமனுள்ள சுவரே அச்சராசரியான மேற்புற எடையைத்தாங்கப் போதுமானதாக இருக்கும்.

முன்பிருந்த பல்லவர் கோயில்களான வெஃகா, பாடகம், ஊரகம் ஆகிய மூன்றினையும் முதலாம் குலோத்துங்கச்சோழன் புணரமைத்தவனாகிறான். வெஃகா எனும் திருவெஃகா வழக்கமான கருங்கற் கற்றளியாக மாற்றம் பெற்றுக்கொண்டது. எனினும், அதன் மூலவர் சிற்பமான பள்ளிகொண்டபெருமாள் 12 அடி நீளத்துடன் அமைக்கப்பட்டுள்ளமை குறிப்பிடத்தக்கது. முன்பு தொண்டைமான் இளந்திரையனால் எழுப்பப்பட்டிருந்த இக்கோயிலை பல்லவர் குறைந்தபட்சம் இரண்டு முறையாவது புதுப்பித்திருப்பர் எனலாம். அவ்வகையில், மூலவர் சிற்பம் ஆறு அல்லது ஏழடி நீளத்துடன் அமையப் பெற்றிருந்திருக்கலாம். இது அன்று மிகச்சரியான மற்றும் இயல்பான அளவாகவே இருந்திருக்க வேண்டும். இதனை உறுதிப்படுத்துவதாக மற்றுமொரு தொன்மை யான கோயிலான திருநீர்மலை அமைகிறது. அவ்வகையில் மலை மீது அமைந்துள்ள அரங்கநாதர் கோயிலின் மூலவர் சிற்பம் அவ்வாறே ஆறு அடி நீளத்துடன் அமைந்திருப்பது குறிப்பிடத் தக்கது.

திருவெஃகாவின் மூலவர் சிற்பம் விஸ்வரூபமில்லை மேலும், திருவெஃகா கோயிலின் கிடந்த நிலையிலான மூலவர் சிற்பத்தினை விஸ்வரூபமாக மாற்றி உருப்பெருக்கம் செய்திட ஏதொரு காரணமும் இயல்பாகவே பல்லவரிடத்தும் சோழரிடத்தும் காணப் படவில்லை. எனினும், குலோத்துங்கன் இச்சிற்பத்தினைப் புதியதாகப் பொறுத்துகிற நிலையில் மற்றொரு மடங்கில் பெரி தாக்கியுள்ளான் என்று கருதுவதில் தவறு இருப்பதாகத் தெரிய வில்லை. ஆக, அது உருபெருக்கம் தானேயன்றி விண்ணெடியம் எனும் விஸ்வரூப அமைவாகப் பாவிக்கப்படவுமில்லை. ஏனெனில் அறிதுயில் கொண்டிருக்கும் இறைவனின் பாதத்தின் அருகில் அமர்த்தப்பட்டுள்ள இறைவி, இறைவனுக்கு உகந்த உயர அளவுடன் வடிவமைக்கப்பட்டுள்ளாள். அதாவது, அமர்ந்த நிலையில் ஐந்தரை அடி உயரமுள்ள இறைவியின் சிற்பம் இறைவனை விட ஒரு அடி உயரம் குறைந்த அளவில் தோற்றப்படுத்தப் பட்டதாகும். ஆக, இவை பாடகம் மற்றும் ஊரகம் கோயிற் சிற்பங்களின் நெடிய விஸ்வரூபச் சிற்ப மரபில் இணையா. ஏனெனில், குலோத்துங்கனின் சமயத்திருப்பணியில் ஆகச்சிறந்த திருப்பணியாக அவன் இம்மூன்று கோயில்களையும் ஒரு அச்சின் நீள்மையில் கிடந்த – இருந்த – நின்ற என்கிற சீரொழுங்கில் எடுத்துக்கொண்டுள்ளான் என்றே தெரிகிறது. ஆதலால்தான் கிடந்த கோலத்தினை அஃது ஒரு தொடக்கப்புள்ளி என்கிற நிலையில், சலனமற்ற இருப்பியலின் புலப்பாடாகப் போதுமான அளவில் பெரிதுபடுத்தியிருப்பான் போலும். இதனையடுத்துச்

சிறப்புக்கோயில்களாக அமைந்த இருகோயில்களும் முன்பு பல்லவராலும் பின்பு குலோத்துங்கனாலும் குறியீட்டுத்துவக் கோயில்களாக கையாளப்பட்டவையாகும். அவ்வாறு கையாளப்பட்டிருந்த நிலையில் அப்புதிய கோயில்களுக்கான தொன்மப் பின்புலத்திற்கான கரு-உருவங்களை உருவகமாகக் கையாளுகிற நிலையில், எவ்விறையுருவம் தாம் ஈட்டிய அரிய வெற்றிகளை; எட்டிய உயரத்தை; எதிர்ப்புகளற்ற ஏகத்துவத்துடன் பெரிது நின்ற திட-இருப்பியலைப் பிரதிபலிக்குமோ! அவற்றினை விஸ்வரூபமாக நிறுவிக் கொண்டாடியும் வழிபடவும் அவை தெரிவு செய்யப்பட்டிருக்கும். அவ்வாறு தெரிவு செய்த பல்லவர் போன்றே; குலோத்துங்கனும் தாமடைந்த ஏகத்துவத்திற்கான குறியீட்டு ருவமாக அவற்றினை மற்றுமோர் மடங்கில் நெடிது உயர்த்தினான்.

மேலும், மூலவர் சிற்பங்களாக இருக்கும் அவை நேர்பொருளில் இறைவனாகவும் மறைபொருளில் வேந்தனாகவும் தற்குறிப்பேற்றத்துடன் இருபொருள்பட சிறப்புற்றினவாகும். இராஜசிம்மனும், இரண்டாம் நந்திவர்மனும் மற்றும் மூன்றாம் நந்திவர்மனும் எவ்வாறு தத்தம் கால உளவியல் மரபின் படி அவற்றினை எவ்வாறு விஸ்வரூபமாக உருபெருக்கியிருந்தனரோ அவ்வாறே குலோத்துங்கனும் செய்தவனாகிறான் என்பது தெள்ளத்தெளிவாக இவ் ஆய்வின் மூலம் தெரியவருகிறது.

கடைக்குறிப்புகள்

1. *S.I.I., Vol. I, Ins. No: 18, 1890, pp 4, 5.*

2. *idem.*

3. Dr. S.A.V.Elanchezian, *Chronological - Sculptural - Structural Distinctions of Three Perumal Temples, IJIRSET, Vol. 5, Issue 7, July 2016. (Online)*

4. *Ibid, p 13921.*

5. பின்பழகிய பெருமாள் ஜீயரருளிச்செய்தருளின, குருப்ரம்பராப்ரபாவம், மிமோரியல் அச்சுக்கூட வெளியீடு, 1892, ப.-க, க0 (பக் 10, 11).

6. T.V. Mahalingam, *Kanchipuram in Early South Indian History, Asia Publishing House, New York, 1963, p 114.*

7. T.N. Subramaniam, *The Pallavas of Kanchi in South-East Asia, The Swadesamitran Limited, Madras, 1967, pp 19-22.*

8. T.V. Mahalingam, *Kanchipuram in Early South Indian History*, pp 139, 140.

9. தமிழ்நாட்டு வரலாற்றுக்குழு, தமிழ்நாட்டு வரலாறு, முதல் தொகுதி, தமிழ்வளர்ச்சி இயக்ககம், சென்னை, ப 181.

10. Dr. S.A.V. Elanchezian, *Chronological - Sculptural - Structural Distinctions of Three Perumal Temples*, IJIRSET, Vol. 5, Issue 7, July 2016. p 13923. (Online)

11. பாண்டியர் செப்பேடுகள் பத்து, உலகத்தமிழாராய்ச்சி நிறுவனம், சென்னை, 1967, ப xxviii.

12. மேலது.

13. தமிழ்நாட்டு வரலாற்றுக்குழு, தமிழ்நாட்டு வரலாறு, ப 189.

14. K.A. Nilakanta Sastri, *A History of South India*, Oxford University Press, Madras, 1976, p 160.

15. தி. நா. சுப்பிரமணியன், (சிறப்புத் தொகுப்பாளர்) பல்லவர் செப்பேடுகள் முப்பது, தமிழ் வரலாற்றுக் கழகம் சென்னை – 28. (1999), ப 260.

16. மேலது., ப 273.

17. K.A.N, *A History of South India*, pp 159,160.

18. G. Jouveau Dubreuil, *The Pallavas*, Asian Educational Services, Madras, 1995, p 68.

19. R.Gopalan, *History of the Pallavas of Kanchi*, University of Madras, 1928, p137.

20. ச. கிருஷ்ணமூர்த்தி, தொல்லியல் நோக்கில் காஞ்சிபுரம் மாவட்டம், மெய்யப்பன் பதிப்பகம், சிதம்பரம், 2010, ப 249.

21. Dr. S.A.V. Elanchezian, *Inscription of Mamallapuram Adhivaraha Cave Temple of Vishnu*, Proceeding of South IndiaHistory Congress, 2014, pp 859 - 863.

22. தா. ஜான்சன் வெஸ்லி, மாமல்லபுரக் கல்வெட்டுகள் (பதிப்பகம் / ஆண்டுக்குறிப்பு கிடைக்கவில்லை) ப 20.

23. ச. கிருஷ்ணமூர்த்தி, தொல்லியல் நோக்கில் ... ப 249.

24. புலவர். ந. வேங்கடேசன், கல்வெட்டுகளும் சிலவரலாறு களும், திருக்குறள் பதிப்பகம், சென்னை, 2009, பக் 29 – 31.

25. மேலது., ப 31.

26. K.S. Ramasamy sastri, *The Peoples of India, a continuing series, The Tamils*, Cosmo Pubications, New Delhi, Vol 33 2003, p 48.

27. Dr. S.A.V. Elanchezian, *Chronological - Sculptural - Structural Distinctions of Three Perumal Temples...* p 13922.

28. சதாசிவப் பண்டாரத்தார், பிற்காலச்சோழர் சரித்திரம், (முழுமையாக) இராமையா பதிப்பகம், சென்னை, 2008, பகுதி II, ப 12.

29. பூ. சுப்பிரமணியம், மெய்க்கீர்த்திகள், உலகத்தமிழாராய்ச்சி நிறுவனம், சென்னை, (1983), ப 98, 108.

30. S.R. Balasubrahmanyam, *Later Chola Temples*, Mudgala Trust, Faridabad, 1979, p 4.

31. குலோத்துங்கன் எவ்வகைக் குருதியுறவுப் பெரும்பான்மை யுடன் சோழனாகத் தகுதியுற்றிருந்தான் என்பதனைச் சோழ அரசர் மரபு வரிசைப்பட்டியலை வைத்து உணரமுடியும். Cf. K.A.Nilakanta Sastri, *The Colas*, University of Madras, Madras, 1955, p 285.

32. சதாசிவப் பண்டாரத்தார், பகுதி II, ப 34.

33. மேலது, ப 59.

34. K.A.Nilakanta Sastri, *The Cholas*, p 316.

35. idem.

36. கலிங்கத்துப்பரணி காண்டம் – 6, செய்யுள் எண் – 152. (நான்கு அடிகளைக்கொண்ட செய்யுளில் முதலாம் அடி) (செய்யுள் எண் குறிப்பிடுவதில் முன்பு எவ்வகையைக் கையாண்டனர் என அறிய இயலவில்லை. இதனால் 599 செய்யுள் களைக் கொண்ட இந்நூலில் மொத்தச் செய்யுள் எண்ணிக்கையின் படி பாடல் எண் தரப்பட்டுள்ளது. 14 தலைப்புகளில் இப்பாடல்கள் எழுதப்பட்டுள்ளன. தலைப்பைக் காண்டம் எனக்குறிப் பிட்டுள்ளேன்.)

37. K.A. Nilakanta Sastri, *A History of South India*, p 192.

38. கலிங்கத்துப்பரணி — கடவுள் வாழ்த்துப் பகுதி செய்யுள் எண் 13, 14. இவற்றுள் 13ஆம் செய்யுளின் முதலாம் வரியும் 14ஆம் செய்யுளின் முதலாம் வரி முறையே சயமாது மற்றும் புகழ்மடந்தை (புகழ்மாது) என்ற சொற்களைக்கொண்டுள்ள நிலையில் மெக்கீர்த்திக்காக எடுத்தாளப்பட்டுள்ளது.

39. *EP. Ind., Vol. V, No. 23.*

40. *S.I.I. Vol. V, No, 647. (20 - 22 - ஆம் அடிகள்).*

41. *K.A. Nilakanta Sastri, A History of South India, p 186 - 189.*

42. *Dr. S.A.V. Elanchezian & V.E. Rajaraja Chozhan, Ulagalantha Perumal Temple - The Chola's Royal Code of a Historical Survey and Surveyors, International Journal of Computer Science and Engineering, Vol - V, Issue - II, E-ISSN: 2347- 2693, 2017, pp 85 - 93.*

43. புலியூர்க் கேசிகன், கம்பன் தனிப்பாடல்கள், முல்லை நிலையம், சென்னை, 2011 (மறுபதிப்பு), ப 27.

44. *S.I.I. Vol, VIII, Nos 222, 223.*

45. புலவர். ந. வேங்கடேசன், ப 30.

46. சதாசிவப் பண்டாரத்தார், பகுதி II, ப 147.

47. *S.I.I, (1932), Vol, VII, No. 96.* ப 39.

48. சதாசிவப் பண்டாரத்தார், பகுதி III, ப 58.

49. 'ஐம்படைத்தாலி'

'பண்டு வசுதேவன் மகன் ஆகி', நில மாதின்
படர் களையும் மாயன் இவன்' என்று தெளிவு எய்தத்
தண்டு, தனு, வாள், பணிலம், நேமி, எனும் நாமத்
தன் படைகள் ஆன திரு ஐம்படை தரித்தே.

புலியூர்க்கேசிகன், சயங்கொண்டாரின் கலிங்கத்துப்பரணி, பாரி நிலையம், சென்னை, 1965, பாடல் எண்: 240, ப 121.

50. இருள் முழுவதும் அகற்றும் விதுகுலத்தோன் தேவி
இகல் விளங்கு தபனகுலத்து இராசராசன்
அருள் திருவின் திருவயிற்றில் வந்து தோன்றி
ஆல் இலையில் அவதரித்தான்; அவனே, மீள.

புலியூர்க்கேசிகன், கலிங்கத்துப்பரணி, பாடல் எண்: 235, ப 119.

51. டாக்டர். வை. கணபதி ஸ்தபதி, சிற்பச்செந்நூல், தொழில்நுட்பக் கல்வி இயக்ககம், சென்னை, 1994, ப 5.

52. *S.I.I. Vol. XII, (1986 - Reprint) No:* 228, ப 142,135. ப 69.

53. *ibid, No:* 215. ப 131.

54. புலவர். ந. வேங்கடேசன், ப 32.

55. நடன காசிநாதன், காடவர் வன்னியர் வரலாறு, மெய் யப்பன் பதிப்பகம், சிதம்பரம், 2012, படம் எண்: 12 (மேல் படம்).

56. தொ.பரமசிவன், பண்பாட்டு அசைவுகள், காலச்சுவடு பதிப்பகம், நாகர்கோயில், 2016, ப 165.

57. தமிழ்நாட்டு வரலாறு, பக். 382, 383.

58. ச. கிருஷ்ணமூர்த்தி, தொல்லியல் நோக்கில்... ப 243.

59. ச. கிருஷ்ணமூர்த்தி, தொல்லியல் நோக்கில்... ப 243.

60. டாக்டர் கே.கே. பிள்ளை, தமிழக வரலாறு மக்களும் பண்பாடும், உலகத்தமிழாராய்ச்சி நிறுவனம், சென்னை, 2009.ப 242.

61. ச. கிருஷ்ணமூர்த்தி, தொல்லியல் நோக்கில்... ப 244.

62. Alexander Rea, Pallava Architecture, Asian Educational Service, New Delhi, (Reprint 1995) PL CXV.

1. களப்பணியின் போது தன் மாணவருடன் நூலாசிரியர் (முன் நிற்பவர்) (திருஊரகம் – உலகளந்தப்பெருமாள் கோயில் – காஞ்சிபுரம்)

2. களப்பணியின்போது நூலாசிரியர் – திருவெஃகா கோயில் – காஞ்சிபுரம்

3. திருவெஃகா – சொன்னவண்ணம் செய்த பெருமாள் கோயில்

4. திருவெஃகா – சொன்னவண்ணம் செய்த பெருமாள் கோயில் – விமானம்

5. திருப்பாடகம் கோயில் – தென்திசைத்தோற்றம்

6. திருப்பாடகம் கோயில் – அண்மைத்தோற்றம் (வடகிழக்கு திசையிலிருந்து)

7. திருப்பாடகம் கோயில் – பின்புறத்தோற்றம்

8. பிரித்தெடுக்கப்பட்ட பல்லவர் கோயிலின் கற்களினால் கட்டப்பட்டிருக்கும் தாயார் சன்னதி – திருப்பாடகம் கோயில்

9. முதலாம் குலோத்துங்கனின் கல்வெட்டு – மேற்குத்திசை அடியம் – திருப்பாடகம்

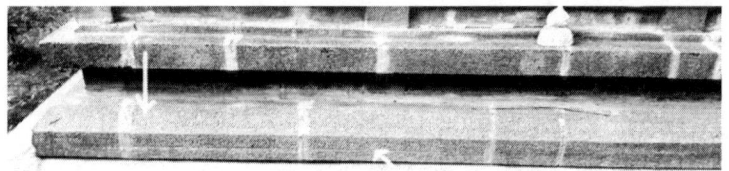

10. நி.படம் 9 – ன் உருப்பெருக்கம்

11. உலகளந்த பெருமாள் கோயில் முகப்பும் கோபுரமும் – திருவூரகம்

12. திருஊரகம் உலகளந்த பெருமாள் கோயில் – காஞ்சிபுரம்
(சேய்மைத் தோற்றம் வடமேற்கு திசையிலிருந்து)

13. திருஊரகம் விமான மேற்கட்டுமானம் (உருப்பெருக்கத் தோற்றம்)

14. கருவறைப்புறச்சுவரில் காணப்படும் கல்வெட்டுகள்

15. கல்வெட்டு – உருப்பெருக்கத்தோற்றம்

16. இரண்டாம் பிரகாரச்சுவரில் பதிக்கப்படுள்ள பழங்கல்வெட்டுக்கள்
(திருவூரகம் கோயில்)

17. சிறுசெய்திகளாக அல்லது இயன்றவரை முழுச்செய்திகளாக
பதிக்கப்பட்டுள்ள முதலாம் குலோத்துங்கனுக்கு முந்தைய
கல்வெட்டுக்கள்

18. முகமண்டப முகப்பில் காணப்படும் முதலாம் குலோத்துங்கன் காலக் கல்வெட்டு (முகமண்டபம் இங்கு மகாமண்டபமாகப் பாவிக்கப்பட்டுள்ளது)

19. திருநீரகம் துணைக்கோயில் – திருவூரகம்

20. திருக்கார்வாணப்பெருமாள் துணைக்கோயில் – திருவூரகம்

21. திருக்காரகம் துணைக்கோயில் – திருவூரகம்

22. அநேகதங்கவதம் கோயில் – காஞ்சிபுரம்
(சோழர் காலக் கட்டுமானத்தின் கபோதப் பகுதி கல் பெயர்ந்து விழுந்த நிலையில் உள் நிற்கும் பல்லவர் காலக்கோயிலின் கட்டுமானம் தெரிவதைச் சான்றுரைக்கும் நிழற்படம்)

23. நி.படம் 22 – ன் உருப்பெருக்கத்தோற்றம்

நி.படம் 24 – மூன்றாம் கருவறையின் முருகன் –
திரிமூர்த்தி குடைவரை – மாமல்லபுரம்

24. அத்யந்தகாம பல்லவேஸ்வர கிருஹம் (கணேச ரதம்) – மாமல்லபுரம்

நி.படம் –25 – ன் பக்கவாட்டுத் தோற்றம்

26. தாயார் சன்னதி – அடியத்தில் காணப்படும் மாவலி
வாணாதிராயனின் கல்வெட்டு – அழகர்கோயில்

27. கருவறை அங்கத்துணைக் கோயில்கள் 1. கூடகார விமானங்கள், 2. சாலகார விமானம் – கைலாச நாதர் கோயில் – காஞ்சிபுரம்

28. மையமாக உள்ள சாலகார விமானத்தின் பக்கவாட்டம் முகப்பாகப் பாவிக்கப்பட்டுள்ளமை – கைலசாநாதர் கோயில் காஞ்சிபுரம் (மேல் அம்புக்குறி சாலகார சிகரத்தின் பக்கவாட்டினைக் காண்பிக்கிறது. இது முகப்பாகப் பாவிக்கப் பட்டுள்ளது காண்க. கீழ் அம்புக்குறி நுழைவு வாயிலைக் காட்டுகிறது)

29. வடகிழக்கில் இடம்பெற்றுள்ள கிழக்கு நோக்கிய கருவறை –அங்கத்துணைக் கோயில் (கூடகார விமானம்) – கைலாசநாதர் கோயில் – காஞ்சிபுரம்

30. நூலாசிரியர் பல்லவர் சிற்பியர் பெயர் தாங்கிய கல்வெட்டுக்கள் கண்டுபிடிப்பில் (31– 12 – 2010)

31. கல்வெட்டினைப் படியெடுக்கும் நூலாசிரியர்

32. "கேவாதப் பெருந்தச்சன்"
(முதலாம் நரசிம்மவர்மன் மற்றும் அவனது பெயரன் முதலாம் பரமேஸ்வரவர்மனின் தலைமைச்சிற்பியாக இருக்கலாம்)

33. சாதமுக்கியன் பையமிழிப்பான் (இணைச்சிற்பியர் பெயர்)

34. கொல்லன் சோமான்
 (இணைச்சிற்பியின் பெயர்)

35. புத்தர் – பாமியான் (ஆப்கானிஸ்தான்) 174 அடி உயரம் (53 மீட்டர்)

36. சேய்மைத்தோற்றம் பாமியான் புத்தர்

37. புத்தர் – லூஷன் கவுண்ட்டி, ஹெனான், சீனா உலகின் உயரமான சிலை (501 அடி)

38. அழைக்கிறாள் தாய் சிலை – *(The Mother calls)* – ரஷ்யா 285 அடி உயரம் (87 மீட்டர்)

39. பிரமிடுகளில் காணப்படும் பண்டைய நிலம் அளத்தல் முறை சொல்லும் ஓவியம் – எகிப்து

40. சோமஸ்கந்தர் புடைப்புச்சிற்பம் மகிஷாசுரமர்தினி குடைவரை – மாமல்லபுரம் (தொடக்க முனைவு 7 – ஆம் நூற்றாண்டின் முதற்பகுதி)

குறிப்பு: நிழற்படம் எண் 36 – லிருந்து 40 வரையிலான நிழற்படங்கள் இணையத்திலிருந்து எடுத்துப் பயன்படுத்தப்பட்டவை. இவையன்றி இந்நூலில் பயன்படுத்தப்பட்டிருக்கும் பிற அனைத்து நிழற்படங்களும் இந்நூலாசிரியரால் பல்வேறு களப்பணிகளின் போது எடுக்கப்பட்டவையாகும்.

கட்டுமான உத்தேச முப்பரிமாணப் படங்கள்
Conjectural - Structural - Three dimensional drawings

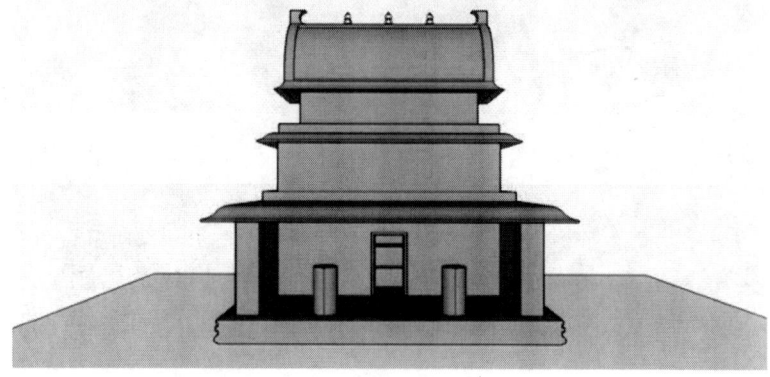

க உ மு ப – 1. பாண்டவத்தூதப் பெருமாள் கோயில் – பாடகம் பல்லவர் பாணி (சிம்மத்தூண்களுடனான (வட்டமிடப்பட்டவை முன்சிற்றரை மண்டபத்துடன் இருதள விமானம்

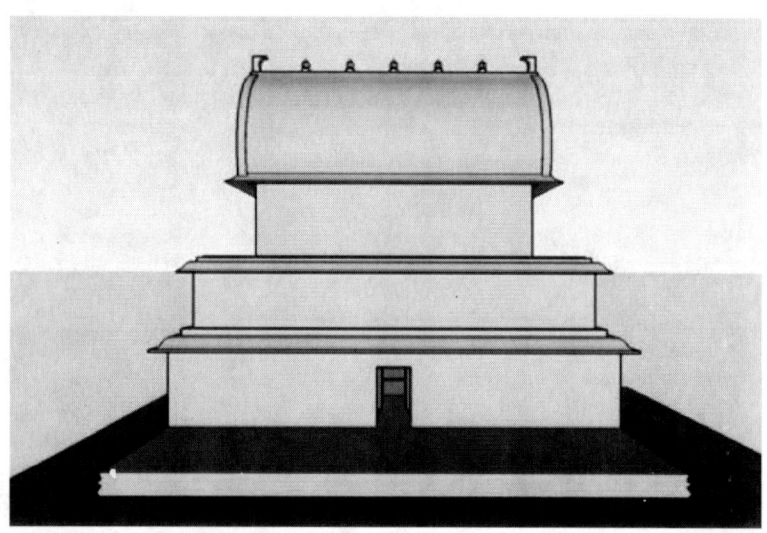

க உ மு ப – 2. இருதளத்துடனேயே விசாலமிடப்பட்ட சோழர்கால விமானம் (குழப்பம் தவிர்த்திடத் தள விளிம்புகளில் ஆரக்கூறும் *(balcony parapet)* முகமண்டபமும் தவிர்க்கப்பட்டுள்ளது)

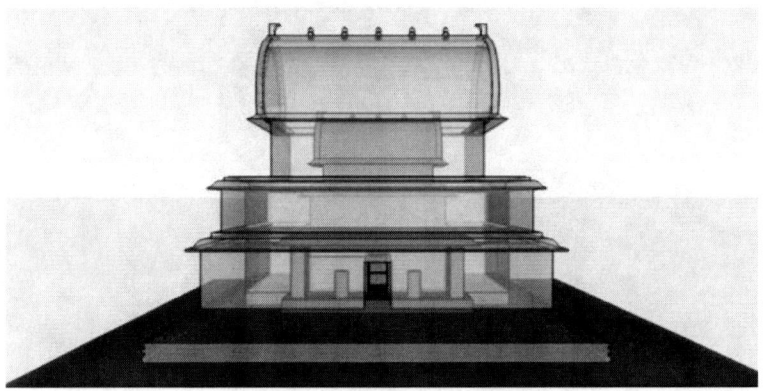

க உ மு ப – 3. பல்லவர் கோயிலின் சீரமைவுத் தோற்றமும் (உள் இருப்பது) அதனை விசாலமிட்டுக் கட்டப்பட்டிருக்கும் சோழர் காலக் கோயிலின் சீரமைவும் *(proportion)* *(க உ மு படங்களுக்குப் பெரும்பான்மையில் சுவர்களின் தடிமன் காட்டப்படவில்லை)

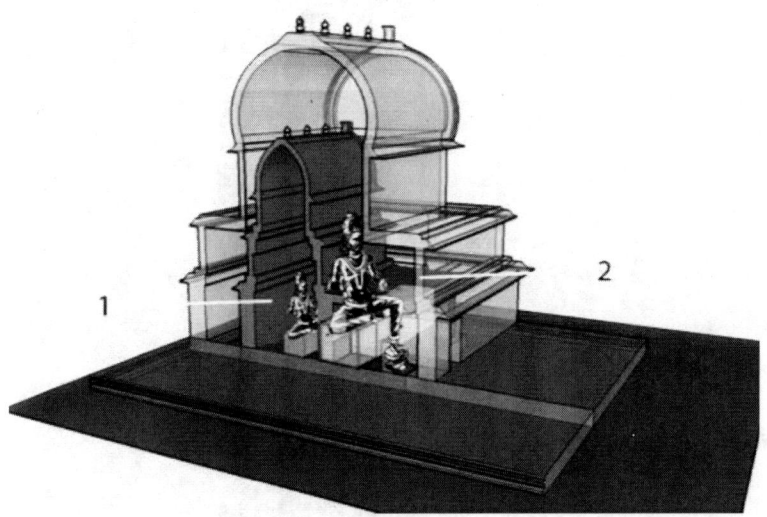

க உ மு ப – 5.
(ஒப்பீட்டு விளக்கப்படம்) பல்லவர், சோழர்காலக் கோயிலின் குறுக்குவெட்டுத்தோற்றம் – விஸ்வரூவச்சிற்பங்களுடன்

1. பல்லவர் கால பாடகக் க்கோயில் (10 அடி உயர விஸ்வரூபச் சிற்பத்துடன்)
2. சோழர்காலப் பாடகக் கோயில் கோயில் (21அடி உயர விஸ்வரூபச்சிற்பத்துடன்)

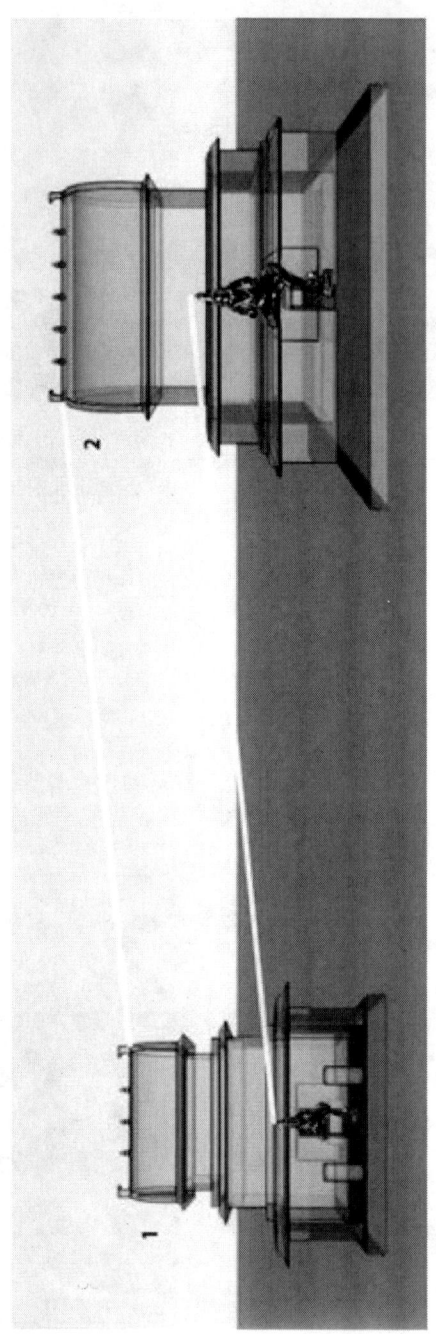

க உ மு ப – 4 (ஓப்பீட்டு விளக்கப்படங்கள்)
1. பல்லவர் காலப் பாடகக்கோயில் (9 அடி உயர விஸ்வரூபச் சிற்பத்துடன்)
2. சோழர்காலப் பாடகக் கோயில் (18 அடி உயர விஸ்வரூபச் சிற்பத்துடன்)

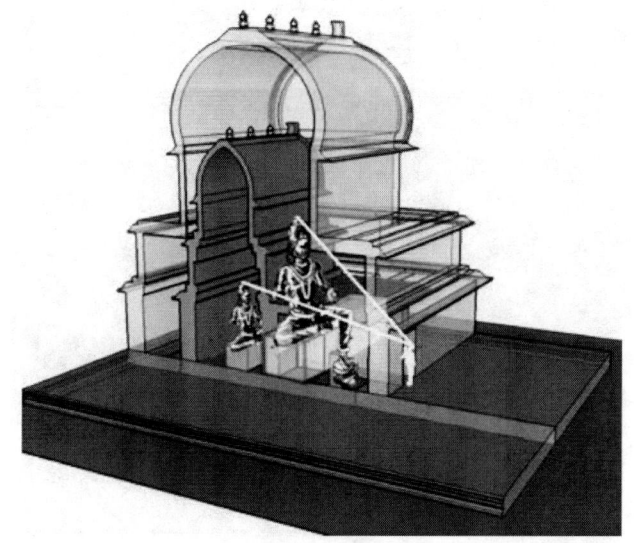

க உ மு ப – 6.
(ஒப்பீட்டு விளக்கப்படம்) பல்லவர், சோழர்காலக் கோயிலின் குறுக்குவெட்டுத்தோற்றம் – விஸ்வரூவச்சிற்பங்களுடன் (ஒப்பீட்டு விளக்கப்படம்) மனிதக் கண்மட்டத்தின் படி பல்லவர் சோழர் கோயிலின் விஸ்வரூபச் சிற்பங்களின் உயர ஒப்பீடு

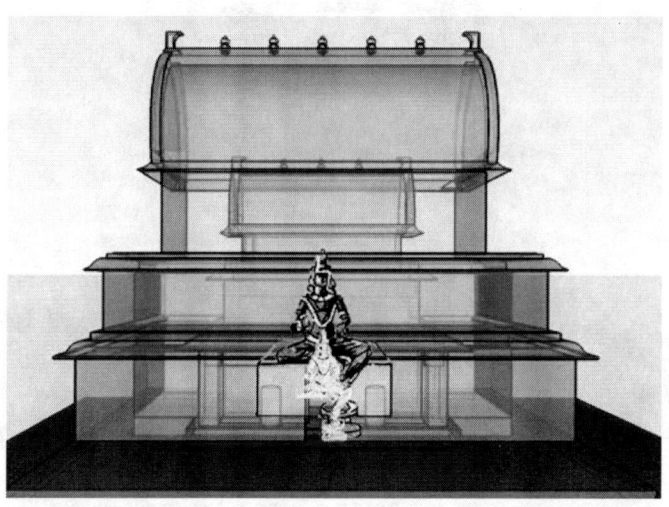

க உ மு ப – 7.
திருப்பாடகம் – முகப்பின் நெடுந்தோற்றம் *(elevation)* –
சிற்ப, கட்டட அளவு ஒப்பீடு
[பல்லவர் கால விஸ்வரூபச்சிற்பமும் (வெள்ளையாகக் காட்டப் பட்டுள்ளது)
சோழர்கால விஸ்வரூபச்சிற்பமும் (கருப்பாகக் காட்டப்பட்டுள்ளது)

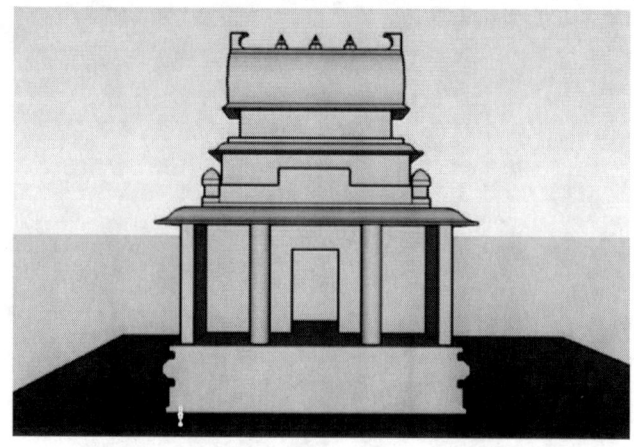

க உ மு ப – 8. பல்லவர்கால ஊரகம் உலகளந்த பெருமாள் கோயில்
(இருதள விமானம்)

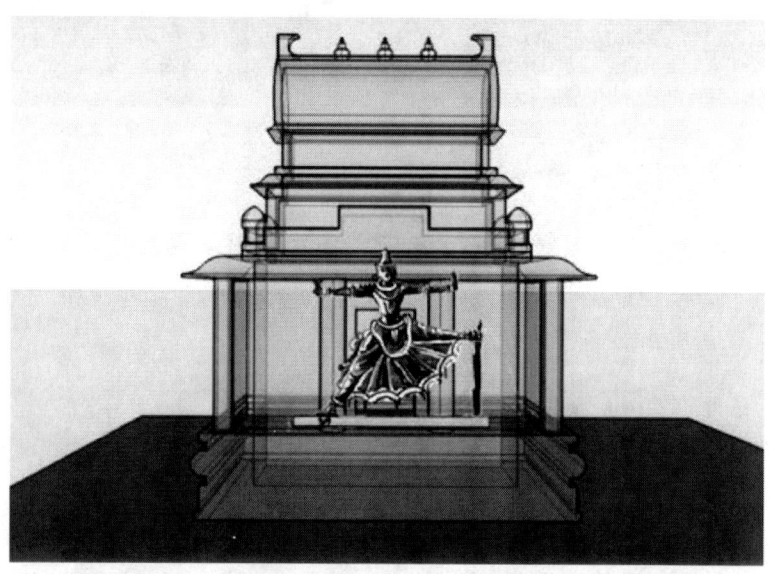

க உ மு ப – 9. பல்லவர்கால உலகளந்த பெருமாள் கோயில் – ஊரகம்)
(மூன்றாம் நந்திவர்மனால் மறு நிறுத்தம் பெற்ற உலகளந்தப்பெருமாளின் 10
அடி உயர விஸ்வரூபச் சிற்பம்)

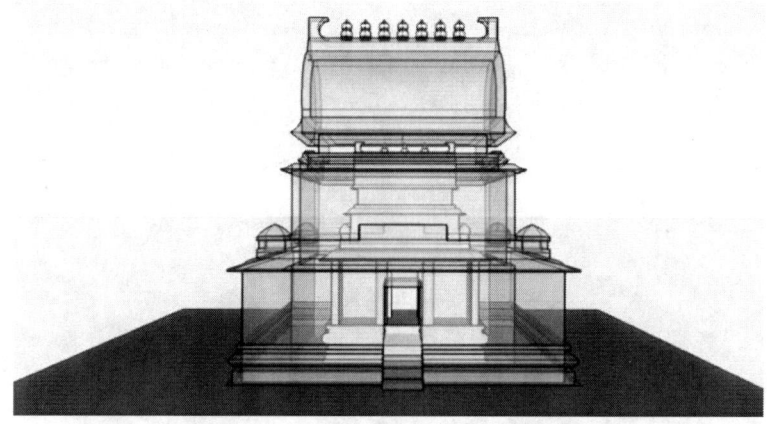

க உ மு ப – 10. திருவூரகக் கோயிலின் பல்லவர் காலச் சீரமைவுத் தோற்றமும் (உள் இருப்பது) அதனை விசாலமிட்டுக் கட்டப்பட்டிருக்கும் சோழர் காலக் கோயிலின் சீரமைவும் *(proportion)*. (க உ மு படங்களுக்குப் பெரும்பான்மையில் சுவர்களின் தடிமன் காட்டப்படவில்லை)

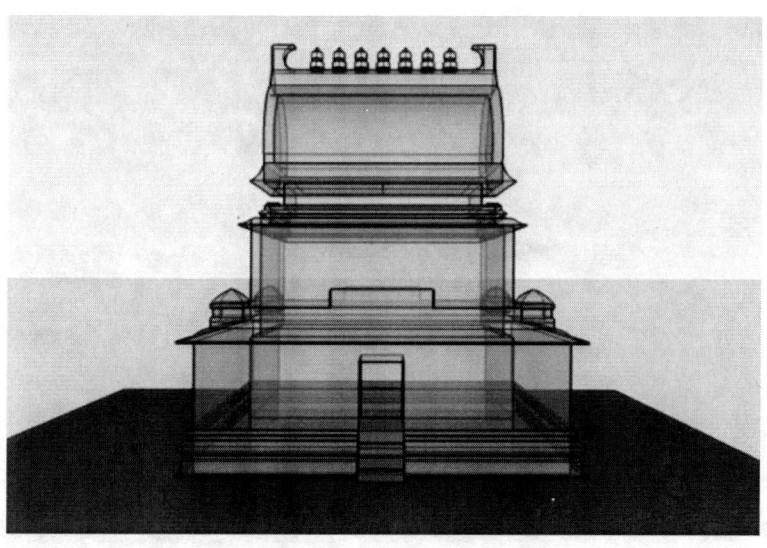

க உ மு ப – 11. சோழர்காலத்தில் விசாலமிடப்பட்ட (திரு)ஊரகத்தின் கோயில் (ஏழுகலசங்களுடனானது)

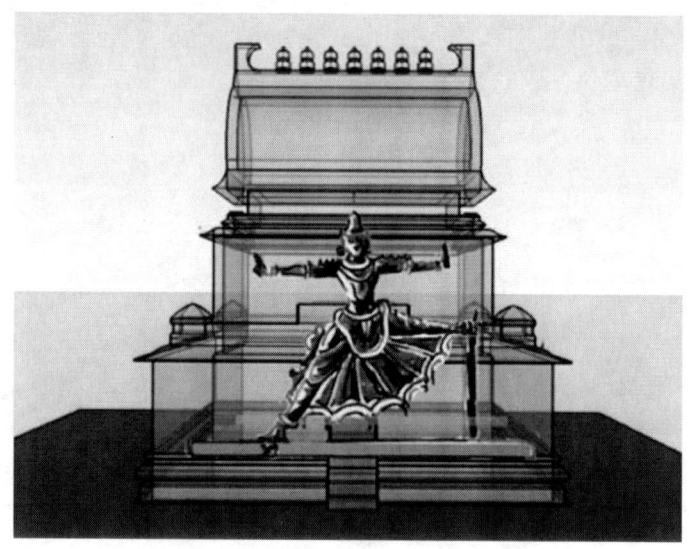

க உ மு ப – 12. முதலாம் குலோத்துங்கனால் மறு நிறுத்தம்பெற்ற உலகளந்த பெருமாளின் 21 அடி உயர விஸ்வரூபச் சிற்பம் – (திரு)ஊரகம்

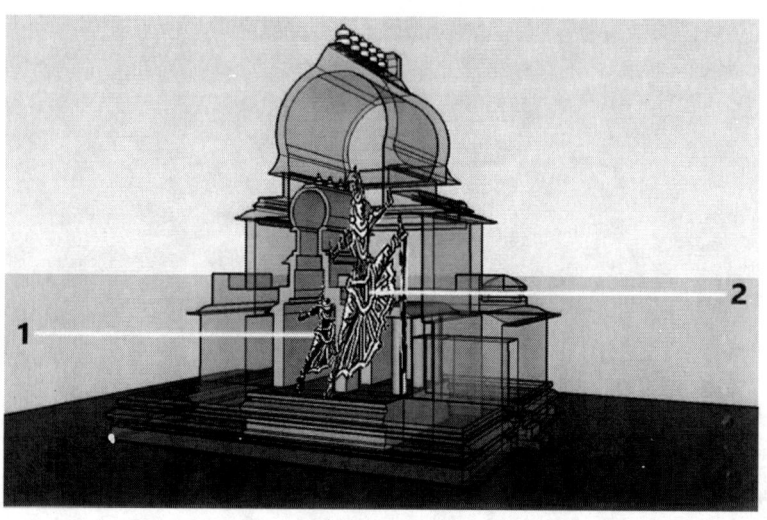

க உ மு ப – 14.
1. பல்லவர் கால ஊரகக்கோயில் (10 அடி உயர விஸ்வரூபச் சிற்பத்துடன்)
2. சோழர்கால ஊரகக்கோயில் கோயில் (21அடி உயர விஸ்வரூபச் சிற்பத்துடன்)

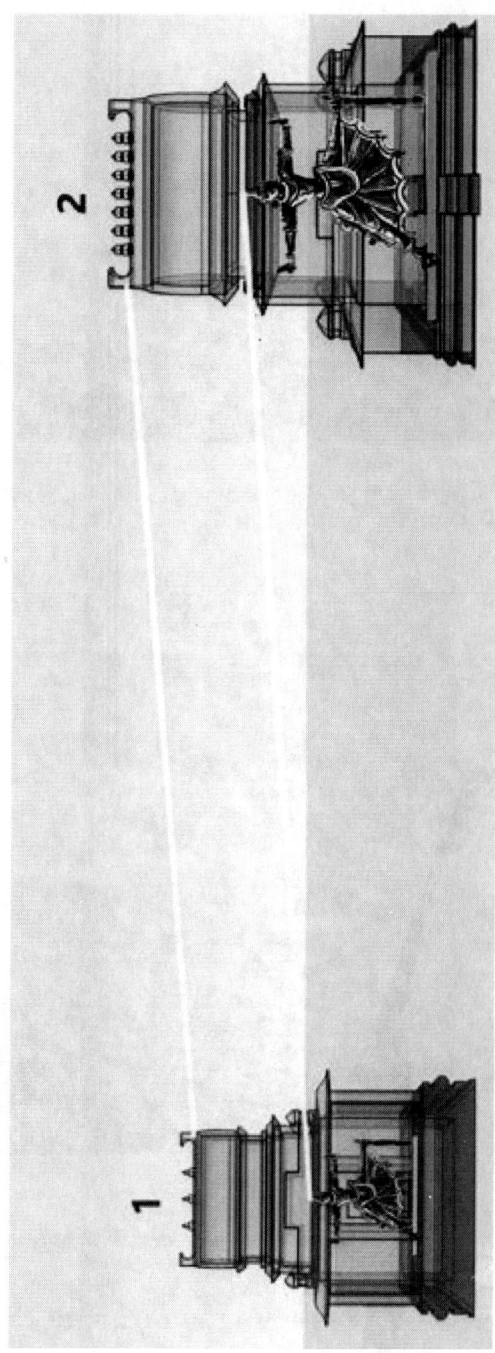

க உ மு ப – 13. (ஒப்பீட்டு விளக்கப்படங்கள்)
1. பல்லவர் கால ஊரகக்கோயில் (10 அடி உயர விஸ்வரூபச் சிற்பத்துடன்)
2. சோழர்கால ஊரகக்கோயில் கோயில் (21அடி உயர விஸ்வரூபச் சிற்பத்துடன்)

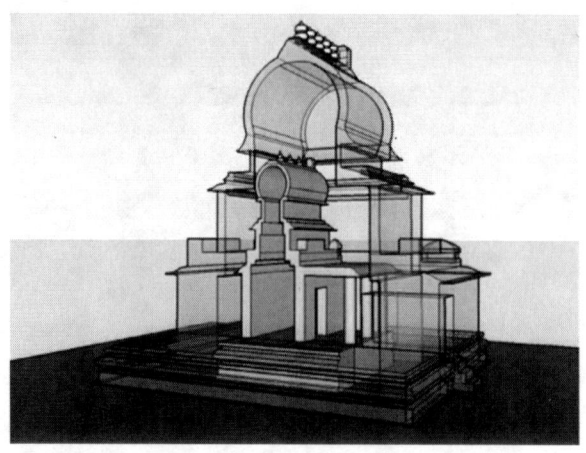

க உ மு ப – 15.
பல்லவர் கோயில் மற்றும் சோழர் கோயிலின் குறுக்குவெட்டுத்தோற்றம்
(இரட்டைப்புள்ளிக் கோணத்தோற்றம்)

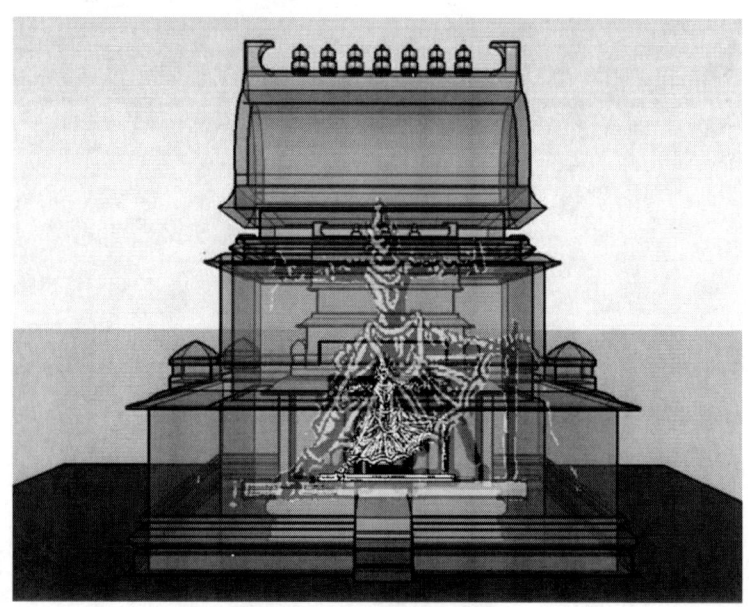

க உ மு ப – 16.
திருவூரகம் முகப்பின் நெடுந்தோற்றம்
[பல்லவர் கால உலகளந்த பெருமாளின் விஸ்வரூபச் சிற்பமும்
(வெள்ளையாகக் காட்டப் பட்டுள்ளது)
சோழர்கால உலகளந்த பெருமாளின்
விஸ்வரூபச் சிற்பமும் (உயரமாகக் காட்டப்பட்டுள்ளது)

இனித் திருப்பாடகம் மற்றும் திருவூரகக் கோயில்களின் தரை அமைவு (Ground plan) மற்றும் நெடுந்தோற்றத்திற்கான (elevation) கணினி உதவிப் படங்களைக் (Auto CAD Drawings) காண்போம்.

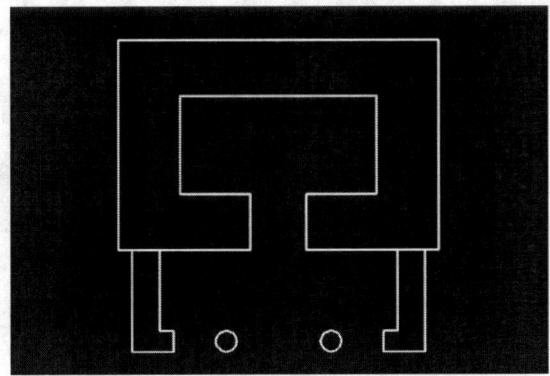

கணிணி உதவிப் படங்கள் 1. பல்லவா் காலப் பாடகம் கோயில் (தரையமைவு) [முன் சிற்றரை–மண்டபத்துடன் கூடிய கருவறை மண்டபத்தில் வட்டமிட்டுக் காட்டப்பட்டுள்ளவை ராஜசிம்மன் பாணி சிம்மத்தூண்கள் என்பது குறிப்பிடத்தக்கது. கருவறைச் சுவரின் கன அளவு கூடியும் முன் சிற்றரை மண்டபச் சுவரின் கன அளவு (தடிமன்) குறைந்தும் அமைவது பல்லவா் இயல்பாகும்].

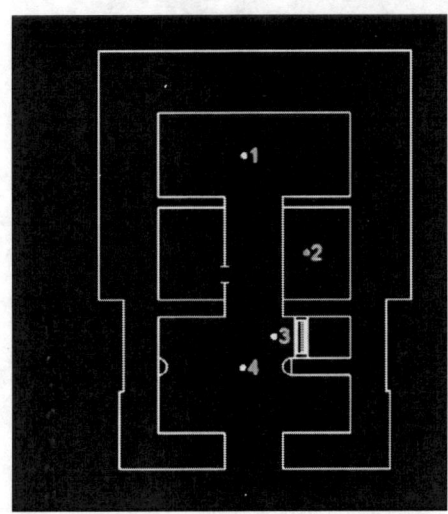

க உ ப – 2.
பாடகம் கோயில் சோழா்காலத் தரையமைவு
(முகமண்டபம் இன்றிக் காட்டப்பட்டுள்ளது).
1. கருவறை 2. உற்சவ மூா்த்திப் படிமங்கள் வைப்பறை
3. கதவிடப்பட்ட சிறு அறை
4. முன் சிற்றரை மண்டபம்

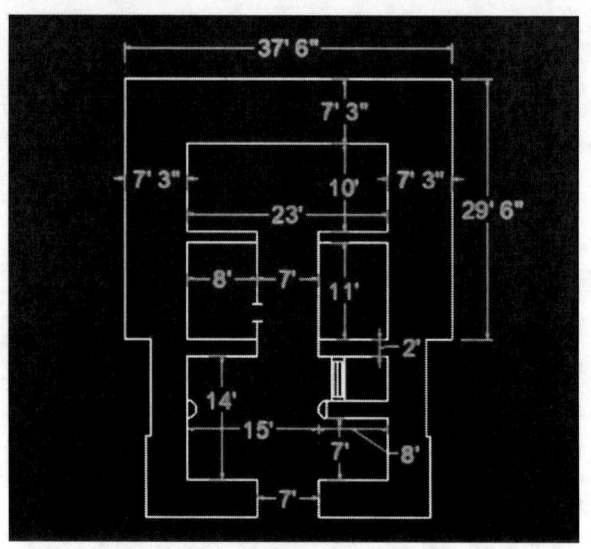

க உ ப – 3.
பாடகம் கோயில் சோழர்காலத் தரையமைவு (அளவுகளுடன்)

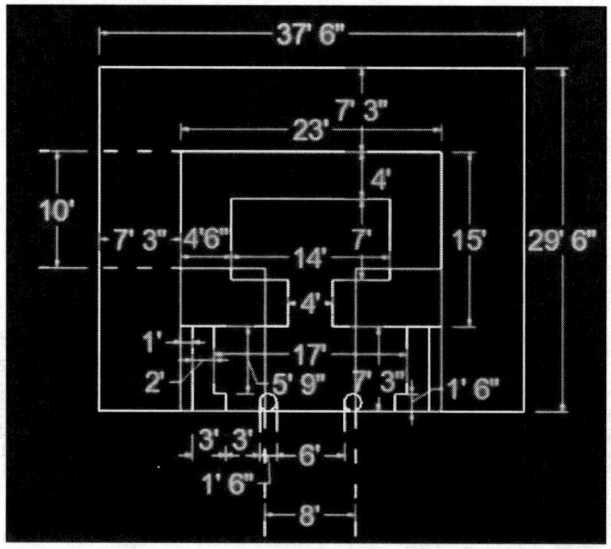

க உ ப – 4. பாடகம் கோயில் சோழர்காலத் தரையமைவு
(முகமண்டபம் இன்றிக் காட்டப்பட்டுள்ளது).
23' x 15' பல்லவர் கோயிலின் தரையமைவின் மீது விசாலமிடப்பட்ட 37'
6" x 29' 6" அளவுடனான சோழர்காலக் கோயிலின் தரையமைவு (இன்னும்
எளிதாகப் புரிந்துகொள்ள வரைகோட்டுரு பின் தரப்பட்டுள்ளது)

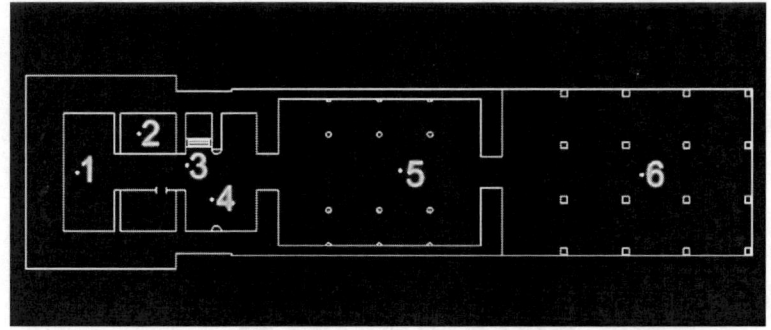

க உ ப – 5. பாடகம் கோயில் கருவறை – சிற்றறை முன்மண்டபம் – முக மண்டபம் – மகா மண்டபம் ஆகியவைகளுடனான முதன்மைக்கட்டுமானங்களின் தரையமைவு

1. கருவறை 2. உற்சவ மூர்த்திப் படிமங்கள் வைப்பறை
3. கதவிடப்பட்ட சிறு அறை 4. முன் சிற்றரை மண்டபம் 5. முகமண்டபம்
6. மகாமண்டபம் (சோழர்காலத் தரையமைவு)

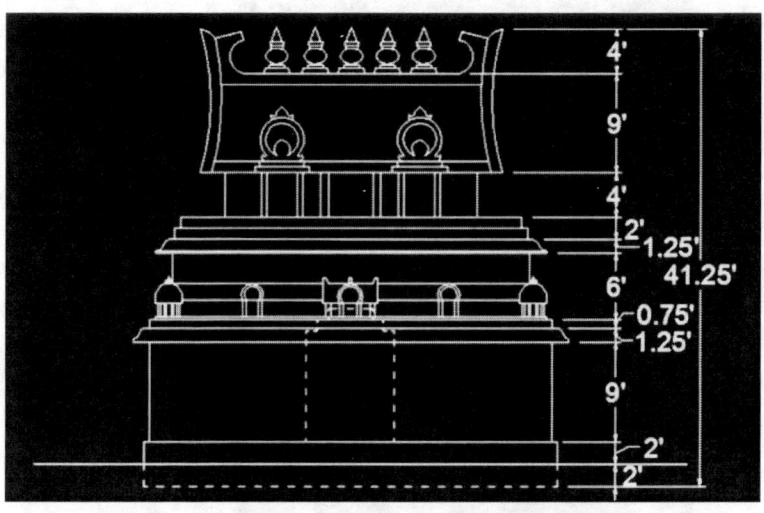

க உ ப – 7.
திருப்பாடகம் கோயில் முகப்பின் நெடுந்தோற்றம் (அளவுகளுடன்)
(அடியம் எனும் அதிட்டானம் 2 அடி அளவில் புதைந்துள்ளது)

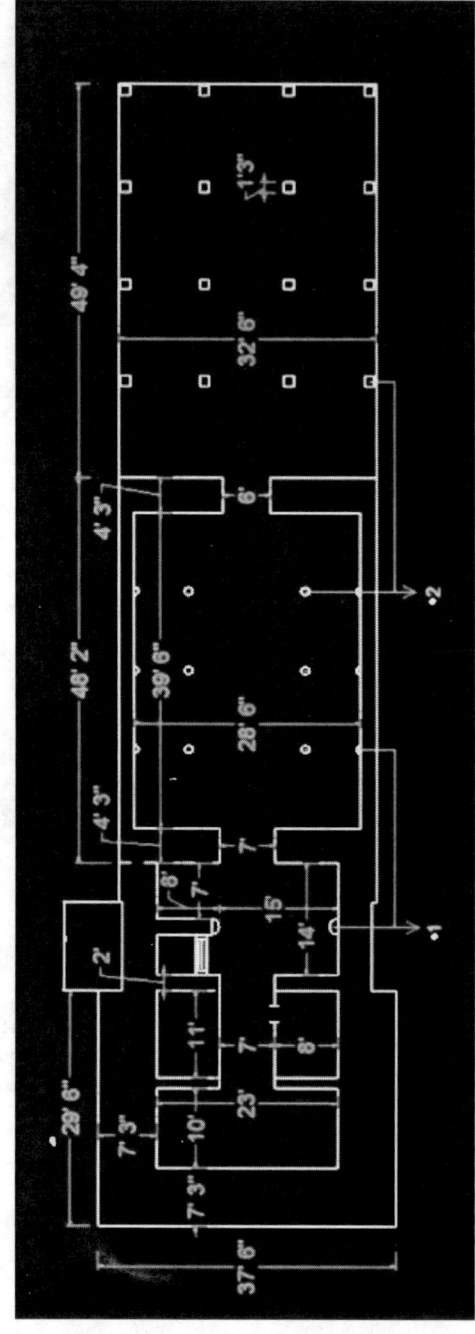

க உ ப – 6. பாடகம் கோயில் கருவறை – சிற்றரை முன்மண்டபம் – முக மண்டபம் – பிற்காலப் பாண்டியர் கால மகா மண்டபம் ஆகியவைகளுடனான முதன்மைக் கட்டுமானங்களின் தரையமைவு (அளவுகளுடன்)
1. அரைத்தூண்கள் 2. தூண்கள்

இனித் திருஊரகம் கோயிலின் தரை அமைவு *(Ground plan)* மற்றும் நெடுந்தோற்றத்திற்கான *(elevation)* கணினி உதவிப் படங்களைக் காண்போம்.

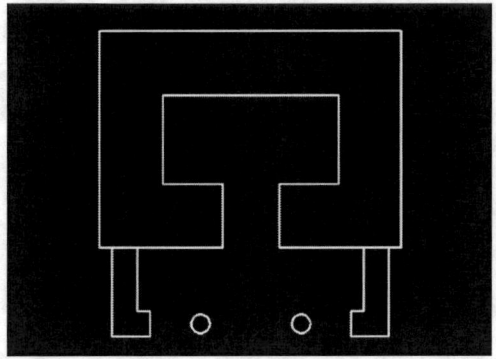

க உ ப 8.
பல்லவர் காலத் திருஊரகம் கோயில் (தரையமைவு)
முன் சிற்றறை–மண்டபத்துடன் கூடிய கருவறை. மண்டப முகப்பில் வட்டமிட்டுக் காட்டப்பட்டுள்ளவை சிம்மத்தூண்கள் என்பது குறிப்பிடத்தக்கது.
[கருவறைச் சுவரின் கன அளவு கூடியும் முன் சிற்றறை மண்டபக் கன அளவு (தடிமன்) குறைந்தும் அமைவது பல்லவர் இயல்பாகும்].

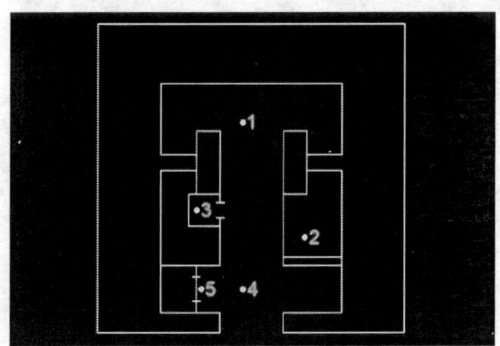

க உ ப 10.
திருஊரகம் கோயில் நடைமுறையிலிருக்கும் தரை அமைவு
1. கருவறை 2. உற்சவ மூர்த்தியர் வைப்பிடம் 3. ஆதிசேஷன் சிறுகோயில் 4. இடைநாளமாக உள்ள முன் சிற்றறை மண்டபம் 5. கதவிடப்பட்ட சிறு அறை
(5. நமது கருதுகோளின்படி சந்தாரப்பிரகாரத்தின் நுழைவு வாயில் ?)

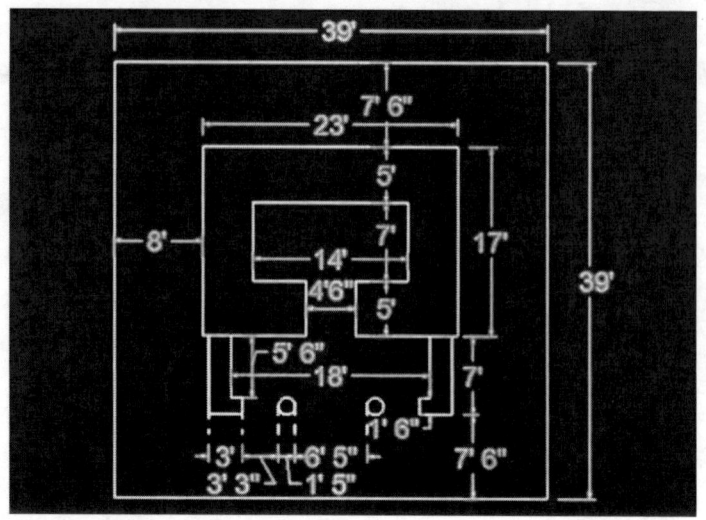

க உ ப 9.
பல்லவர் கோயிலின் தரைத்திட்டத்தின் மீதான சோழரின் விரிவாக்கத்
தரைத்திட்டம் (முகமண்டபம் தவிர்க்கப்பட்டுள்ளது)

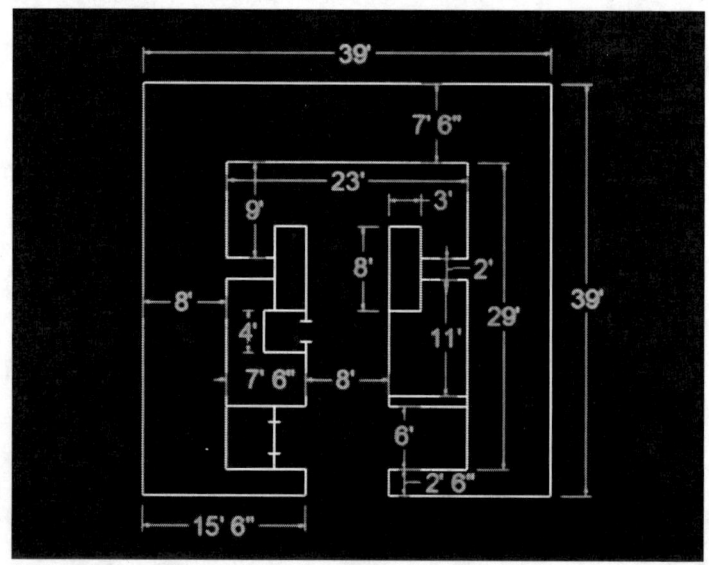

க உ ப 11.
திருஊரகம் கோயில் நடைமுறையிலிருக்கும் தரை அமைவு (அளவுகளுடன்)
(முகமண்டபம் இணைக்கப்படவில்லை)

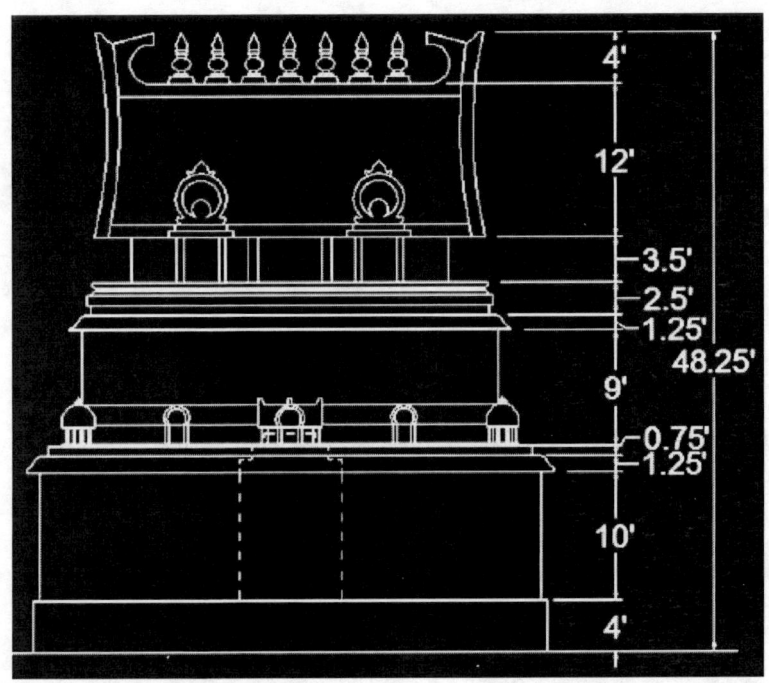

க உ ப 12.
திருவூரகம் கோயில் முகப்பின் நெடுந்தோற்றம் (அளவுகளுடன்)